புதிய பொலிவு

காா. ந. அண்ணாதுரை

Title: Puthiya Polivu

Author: C. N. Annadurai

Language: Tamil

First Published on: 1956

Year of Publication: 2024

Book Format: Paperback

*Page Size: 6inch * 9inch*

Category: Fiction

Subject: Short Novel

No. of pages: 66

ISBN: 978-81-988069-2-5

Published by: Nilan Publishers, Madurai, Tamilnadu, India

பொருளடக்கம்

குறிப்புகளுக்காக

புதிய பொலிவு

பகுதி: 1

"அம்மாடியோ...! நான் மாட்டேன். யாராச்சும் பார்த்துட்டா...?"

சாமி சாட்சியாச் சொல்றேன்...

பெத்தவங்க பெரியவங்களைக் கேட்டு முடிப்பயா, எங்கூட வந்து 'கெக்கெபிக்கே'ன்னு கொஞ்சிகிட்டு இருந்தா...?

நானென்ன மாடப்புறவா, நீ சீட்டி அடிச்சதும் ஓடி வந்து, உன் தோளிலே தொத்திக்கிட...

சினிமா பார்த்துப் பார்த்து, நீ வேண விளையாட்டக் கத்துகிட்டே... இதோ பாரு... எனக்கு அதெல்லாம் பிடிக்காது சொல்லிட்டேன்...

ஆமா, நீ இதுவரையிலே என்னிடம் சொல்லவே இல்லையே, உனக்குப் பொரிவிளங்கா உருண்டைன்னா, ரொம்பப் பிரியமாமே... இந்தா, இரண்டுதான் மிச்சமாச்சி...

உன் கண்ணுக்கு நான் அழகுன்னா, ஊரார் அவ்வளவு பேருமா, என்னை அழகின்று சொல்லுவாங்க; குப்பி பாட்டி என்னை என்னா சொல்லும் தெரியுமா?

போடிபோடி கோணவகுடுக்காரி, எப்பப் பார்த்தாலும் தூங்கிக்கிட்டு கிடக்கறயே, பொண்களுக்கு இதுவா இலட்சணம்னு சொல்லும்...

அப்பப்பா! போதும்போதும்னு ஆயிடுது உன்னன்டெ மாட்டிட்டா.... இது என்ன கன்னமா பச்சரிசி மாங்காயா? முகத்தைப் பாரு சாமியாரு மாதிரி...! தா! ரொம்ப விளையாடாதே, வெட்கமா இருக்கு... சிரிப்பு பகீல்னு வருது... இந்தா அந்தா பக்கம் சோளக் கொல்லையிலேதான் சொக்கப்பன் இருக்கறான்... அவன் காதிலே நான் சிரிக்கிறது விழுந்தது, அவ்வளவுதான், வீட்டுக்கு வந்து கலகத்தை மூட்டி விட்டுத்தான் தூங்கப் போவான்...

உன்னை நம்பாமெ நான் வேற யாரை நம்புவேன். என் மனசிலே அந்த நம்பிக்கை இல்லைஂயானா, இப்படி உங்கூடப் பழகுவனா. பேசுவனா... ஆனா, 'எதுக்கும் ஆகவேண்டிய காரியத்தைக் காலகாலத்திலே முடிச்சுட வேணும்டி, ஆம் பிள்ளைக மனசு ஒரு வேளைபோல மறுவேளை இருக்காது... எந்தப் பாவிமகனாவது, கதைகட்டி ஊரிலே உபத்திரவத்தை மூட்டாதே முன்னமேயே, மூணுமுடி போட்டுக்கிடறதுதான் நல்லது'ன்னு இஞ்சிக் கொல்லையார் மக இருக்கா பாரு பருவதம். அவ சொல்றா..."

இப்படித்தான் பேசத் தெரிந்தது அந்த வஞ்சிக் கொடியாளுக்கு. கிராமத்துக் கட்டழகி. எனவே அவளுக்கு, 'அன்பே! ஆருயிரே! இன்பமே! இன்னமுதே! இதய ஜோதி! என்ற முறையில் பேசத் தெரியாது. கண்ணாளா! தங்களைக் கண்டதும், கதிரவனைக் கண்ட கமலம் மலருவதுபோல என் அகமும் முகமும் ஒருசேர மலருகிறது; வீணையின் நரம்புகளை இசைவல்லான் தொட்டுத் தடவி இனிய கானத்தைப் பிறந்திடச் செய்வதுபோல, என்னைத் தொட்டிழுத்து முத்தமிட்டதும், எனக்கு வாழ்வின் கீதம் வசீகரமாகக் கேட்கிறது' என்றெல்லாம் 'வசனம்' பேசத் தெரியாது; அவள்

அப்படிப்பட்ட வசனங்களைச் சினிமாவில் இரண்டோர் முறை கேட்டதுண்டு – அப்போதுகூட அவள், எப்படி வெட்கத்தைவிட்டு இப்படியெல்லாம் பேசிக்கொள்கிறார்கள் என்று எண்ணிக் கொள்வாள். அவள் கல்லூரிப் பெண்ணல்ல, காதலுக்காகச் சாம்ராஜ்யங்களை இழக்கத் துணிந்தவர்கள், வாள் முனையை எதிர்த்தவர்கள், ஊர்ப்பகையை ஏற்றுக் கொண்டவர்கள், உருமாறிப் போனவர்கள், உன்மத்தரானவர்கள் ஆகியோர் பற்றிய கதைகளிலே துக்கப்படவும் கஷ்டப்படவும்தான் பெண் ஜென்மம் இருக்கிறது என்றுதான் தெரிந்து கொண்டிருந்தாள். மல்லிகையின் மணம், ஆகா! மனத்துக்கு அளிக்கும் இன்பத்துக்கு ஈடானது வேறேதுமில்லை என்று, காகித மலரினை முகர்ந்து கொண்டே, பேசிடும் நாடகக்காரர்போல அல்லாமலும் காதலைப் பெற்று இன்புற்று அனுபவம் பெறாமலேயே, வீட்டில் காட்டுக் கூச்சலின்றி வேறு கேளாத குடும்ப வாழ்க்கையில் இருந்துகொண்டே,காதலின் மணம், மாண்பு, மதுரம் ஆகியவை பற்றிய பேச்சோ பாட்டோ தெரிந்து கொள்ளாமலேயே, உண்மைக் காதலைப் பெற்று மகிழ்ந்தாள் – அவளுக்கு அந்த இன்பத்தை அளித்த வேலப்பன், 'வசனம்' கேட்டிருக்கிறானே தவிர, மனப்பாடம் செய்துகொண்டு பேசுபவனல்ல, சில சமயங்களில் ஓர் அடி இரண்டு அடி, காதல் பாட்டுப் பாடுவான், தலைப்பு ஒன்று, முடிவு மற்றொன்றாக இருக்கும்!! கொடி அறியாமல் மணம்கொண்ட மல்லிகை மலர்ந்திருப்பதுபோல் செல்லியின் உள்ளத்தில் காதல் பூத்து, மணம் பரப்பிற்று. கிராமம், எனவே யாரும் அறியார்கள் என்று இவர்கள் எண்ணிக் கொண்டிருந்தபோதே செல்லாயி, வேலப்பன், விஷயம் வெகுவாகவும் வேகமாகவும் பரவிக்கொண்டிருந்தது. வம்பு தும்புக்குப் போகாதவன், வருவாய் அறிந்து செலவு செய்பவர் பெரியவர்களிடம் மரியாதை காட்டுபவன், பொருளுக்காக அலையமாட்டான், இல்லை என்று எவரிடமும் கை ஏந்தவும் மாட்டான், உழைப்பான், நத்திப்பிழைக்கமாட்டான் – ஊருக்கு உபகாரம்

செய்வான். பெரியதனக்காரனாகி மிரட்டமாட்டான் – என்று வேலப்பன் குணம் கிராமத்தாரால் பாராட்டப்பட்டது.

அம்மை நோய் கடுமையாகப் பரவி, ஐந்து ஆண்டுகளுக்கு முன்பு அந்தக் கிராமத்திலே பாதிப் பேர்களைப் பலிவாங்கிவிட்டது – அந்தச் சமயத்தில்தான், வேலப்பனுடைய தாயும் தந்தையும் இறந்து போயினர் – ஒண்டிக் கட்டையானான் வேலப்பன்.

"இனி அவனுக்கு ஒரு கால்கட்டு ஏற்பட்டு அதன் வயித்திலே ஒரு பூவோ பிஞ்சோ முளைத்த பிறகுதான், வேலப்பனுக்கு ஒரு குடும்பம் அமைய வேண்டும்" என்று கிராமத்துக் கிழவர்கள் பேசிக் கொள்வார்கள்.

"அவனுக்கு மட்டும் தெரியாதா? தெரிஞ்சுதான் வேலப்பன், நம்ம சடையாண்டி மக இருக்காளே, செல்லி அவளைச் சுத்திச்சுத்தி வட்டமிட்டுக்கிட்டு வாரான் – என்று குறும்புத்தனமானவர்கள் பேசுவார்கள்.

"அடச்சே! இவனைப் பாரு! வயசுக் காலத்தின் இதெல்லாம் நடைபெறத்தானே செய்யும். எல்லோருமேவா, இவனைப்போல சுடுமூஞ்சிச் சுப்பனும் இருப்பானுக... ஒவ்வொருத்தரும், அந்தப் பழக்கத்திலே, ஓடி ஆடிப் பாடிக்கிட்டுத்தான் இருப்பான். பய, தப்புத்தண்டா பேர்வழி இல்லா, செல்லி இருக்காளே அவளும், சூதுவாதில்லாமே பேசிச் சிரிப்பது தவிர, பழிபாவத்துக்குப் பயந்த பொண்ணு; அப்பா! அப்பா! சடையாண்டி என்ன இலேசுப்பட்டவனா? கொஞ்சம் சந்தேகம் வந்தாலும்போதும், சீவிடுவான் தலையைச் சீவி!" என்று அனுபவமிக்க பெரியவர் கூறுவார்.

செல்லி – வேலப்பன், காதலில் கடும்புயல் ஏதும் வீசவில்லை. மூன்றாவது 'ஆசாமி' யாரும் குறுக்கிட அமளி மூட்டவில்லை.

சடையாண்டியும் தடை காட்டவில்லை. கலியாணத்தைச் சுருக்கமாக முடித்துவிட வேண்டும், என்று வேலப்பனிடம் சடையான் 'ஜாடைமாடை'யாகச் சொல்லியும் விட்டான். கிராமத்துக்கு ஒரு நல்ல விருந்து விசேஷம் நடத்துகிற அளவுக்குக் கொஞ்சம் 'காசு' சேரட்டும் என்று வேலப்பன் காத்துக் கொண்டிருந்தான். அதற்காக அவன் முன்மாதிரி யோசனைகள் செய்வதுண்டு. செல்லாயிக்கு வெள்ளைக்கல்லிலே கம்மலும், சிவப்புக் கல்லிலே மூக்குத்தியும், காலுக்கு வெள்ளியிலே கொலுசும் கழுத்துக்கு ஏதாச்சும், செய்து போட்டு, கிராமத்தானுக்கெல்லாம் 'ஒரு வேளைச் சோறு' போட்டுக் கலியாணத்தை 'சம்பிரதாயமாக'ச் செய்ய வேண்டும் என்பது வேலப்பன் ஆசை.

"வேலப்போய்! உன் கண்ணாலத்திலே ஊர்கோலம் உண்டா டோய்!" என்று கேலி செய்வார்கள், ஒத்த வயதினர்; "ஆமாம்டா! செய்தா என்னடா! ஆனையிலே அம்பாரி, குதிரை மேலே மேள தாளம், பொய்க்கால் குதிரை, கூத்தாட்டம், எல்லாம்தான் நடக்கப் போவுது. பவுன், பவுனாய் விளையுது, என் கொல்லையிலே... நீங்களெல்லாம்தான், பழைய மாதிரியாகவே, காரும் சிறுமணியும் விதைத்திட்டு கிடக்கறீங்க. நான், 'குச்சிக்கிழங்கு' போட்டிருக்கறேன்... தங்கமாட்டம் விலை போகுது, குச்சிக்கிழங்கு தெரியுமா... பட்டணத்துச் சீமைக்கெல்லாம் வண்டி வண்டியாப் போகுது... அதிலே கிடைக்கப் போற காசைத்தான் நம்பிக்கிட்டு இருக்கறேன்... குச்சிக்கிழங்குக் காசு ஆனதும் நாள் பார்க்க வேண்டியதுதான்" என்று செல்லப்பன் உற்சாகத்துடன் கூறுவான்.

நகரத்திலே ஒரு வேலையாக வேலப்பன் போயிருந்தபோது, 'குச்சிக்கிழங்கு' பயிரிடுவதாலே கிடைக்கும் இலாபத்தைக் குறித்துக் கடைவீதியிலே பேசிக்கொண்டதைக் கேட்டு, பிறகு பலபேரிடம் இதைப்பற்றிய விவரம் கேட்டுத் தெரிந்து கொண்டான். பிறகு குச்சிக்கிழங்கு பயிர் வைத்தான்... யாரோ

வியாபாரி, பயிர் வளமாக வந்தபோது பார்த்துவிட்டு, 'மகசூல்' முழுவதும் பணம் கொடுத்து வாங்கிக் கொள்ளுவதாக வாக்களித்தார்; வேலப்பருக்கு அதனாலே அதிக நம்பிக்கை ஏற்பட்டது.

செல்லாயியை அவன் சந்திப்பதென்பது, மாலை வேளைகளில் யாருமறியாமல், என்கிற விதத்தில்.

கழனிப்பக்கம் இருவருக்குமே வேலை இருக்கும் – தோப்புத் துரவுக்கு இருவருமே போகவேண்டிய அவசியம் நேரிடும், அப்போதெல்லாம் சந்திப்புதான்.

"தா! செல்லாயி! வாயேன், அதோ அந்தாலே இருக்கிற திருக்குளத்தண்டே, பூ பறிச்சுத் தாரேன், தாமரைப்பூ. அழகா இருக்கும்..." என்று அவன் சில வேளைகளில் அழைப்பான். அவன் கண்கள் வேறு ஏதேதோ பேசும். செல்லாயிக்குச் சிரிப்பு வரும், கோபமும் பயமும் வந்தவள் போலாகி, "அம்மாடியோ...! நான் மாட்டேன்... யாராச்சும் பார்த்துட்டா...?" என்று கேட்டுவிட்டு, ஓடிவிடுவாள்.

"பயங்காளிப் புள்ளே! சுத்த பயந்தாங்கொள்ளி!..." என்று கேலியாகக் கூறுவான், வேலப்பன்; கூறிக்கொண்டே சுற்றுமுற்றும் பார்த்துக் கொள்வான், யார் கண்ணிலாவது பட்டு விட்டோமோ என்ற பயத்தால்!!

"சாமி சாட்சியாச் சொல்றேன், அப்பாரு பேசிகிட்டு. இருந்ததை நான் என் காதாலே கேட்டேன், உனக்குத்தான் என்னைக் கட்டி வைக்கப் போறாங்க..." என்று செல்லாயி ஒருநாள், அவனுக்குத் தைரியம் அளிப்பாள்; பிறகோர் நாள், அவளே பயந்த நிலையில், 'மூணுமுடி' போட்டாத்தான் நல்லது என்று யாராரோ சொல்கிறார்கள் என்று கவன மூட்டுவாள்!

இதற்கிடையிலே, பொரிவிளங்காய் உருண்டைகள் அவனுக்குக் கிடைக்கும், நகக்குறி இவளுக்கு! அது அதிகம் தேவைப்படாமலே, எல்லாப் பயிரும் செழிப்பாக வளரும் கிராமமல்லவா, காதல் மட்டும் என்ன விதிவிலக்கா! கவர்ச்சியாக வளர்ந்து வந்தது.

* * *

குச்சிக்கிழங்குதான் இனி ஆகவேண்டிய காரியத்தை ஆகும்படிச் செய்யவேண்டும்...அது ஓங்கி வளர்ந்து, உருவம் பெறுவதற்கான உழைப்பினை, தட்டாமல் தயங்காமல் வேலப்பன் கொட்டினான் – பயிரும் அருமையாக வந்தது – கிழங்கும் தரம்தான் என்று தெரிந்தது – ஆனால் ‘பலன்’ எதிர்பார்த்தபடி கிடைக்கவில்லை.

குச்சிக் கிழங்கு மூலம் தயாரான ‘சவ்வரிசி’ வங்காள நாட்டுக்கு ஏராளமாகச் சென்றுகொண்டிருந்தது– அதனாலேயே நல்ல கிராக்கி இருந்தது – விலையும் சூடு பிடித்து இருந்தது – அதனால் குச்சிக்கிழங்கு பயிர் செய்தால் கணிசமான இலாபம் கிடைத்தது.

குச்சிக்கிழங்கு கொண்டு செய்யப்படும் ‘சவ்வரிசி’ சத்தற்றது, உடலைக் கெடுக்கக் கூடியது, இனி வங்களாத்தில் அதனைக் கொண்டுவரக் கூடாது என்று, புதிதாக ஓர் உத்தரவு கிளம்பிவிட்டதாகச் சொல்லி, வியாபாரிகள், குச்சிக்கிழங்கு வாங்குவதைக் குறைத்துக்கொண்டார்கள் – பத்து மாதம் பாடு பல கொடுத்து, பிரசவத்தின்போது ஆபத்தையே உண்டாக்கி கடைசியில், வைத்தியர் உதவிபெற்று, வெளியே வந்த குழந்தை, ‘ஊமை’ என்று தெரிந்தால், தாயின் மனம் என்ன பாடுபடும்! வேலப்பன் நிலைமை அப்படியாகிவிட்டது. கண் எதிரே குழந்தை இருக்கிறது, கருவில் உருவாகியது, மெத்தக்

கஷ்டத்தைக் கொடுத்துவிட்டு வெளியே வந்தது, வாரி அணைத்து, உச்சிமோந்து முத்தமிட்டு பட்ட கஷ்டம் அத்தனையும் பஞ்சாகப் பறந்ததடா பாலகனே, என்று கொஞ்சிக் குலவிய தாய், தான் பெற்ற செல்வம், 'ஊமை' என்று அறிந்தால், துடிதுடிக்காதிருக்க முடியுமா? வேலப்பன், குச்சுக்கிழங்கு பாங்காக வளர வளர, அதை வெற்றியுடனும் பெருமையுடனும் பார்த்துப் பார்த்துப் பூரித்துக் கிடந்தான். அவனைப் பார்த்து வேறு சிலரும் அந்தக் கிராமத்திலும் சுற்று வட்டாரத்திலும் அதே பயிர் வைத்தார்கள் – என்றாலும் வேலப்பன் கொல்லையிலே இருந்ததுதான் முதல்தரமானது என்று எல்லோருமே சொன்னார்கள்.

"விவரம் புரியாமெ, நாம எப்பவும் நெல்லு நெல்லுன்னு கட்டிக்கிட்டு அழறோம். 'போட்டா நெல்லு போடாட்டி புல்லு'ன்னு இருந்துவிடறோம். அண்ணனேன்! நெல்லிலே கிடைக்கறதைவிட, வாழை கரும்பிலே அதிகம். வெற்றிலைக் கொடிக்காலிலே நல்ல இலாபம் கிடைக்குதாம். அதுக்கெல்லாம் பாடு அதிகம் – பலனும் அதிகம் – குச்சுகிழங்குக்குப் பலன் அதிகம், பாடு அதிகம் தேவையில்லை" என்று வேலப்பன் விவரித்தபோது, "இதெல்லாம் நமக்கு எதுக்குடா? இம்மாங் காலமா நெற்பயிர் பண்ணி பிழைச்சு வந்தமா, கிழங்கு தோண்டிக்கிட்டுக் கிடந்தமா?'என்று முதியவர்கள் பேசினர் – என்றாலும் அவர்கள்கூட கொல்லையில் குச்சுக்கிழங்குப் பயிர் நிமிர்ந்து நின்றபோது, வேலப்பனைப் புகழ்ந்தார்கள். "பய, கெட்டிக்காரன் தான். பாரேன் பயிரை; மூக்கணாங் கயிறுபோடாத காளை முறைச்சிகிட்டு நிற்குமே அதுபோல இருக்கு" என்று கூறினர்.

வேலப்பன், இந்தப் பேச்சை எல்லாம் கேட்டு, மேலும் மகிழ்ச்சியும் நம்பிக்கையும் கொண்டான். கொல்லையைச் சுற்றிப் பார்க்கும்போதெல்லாம், வேலப்பனுக்குக் கலியாணப் பந்தலே தெரிந்தது.

இவ்விதம் இன்பக் கனவு கண்டுகொண்டிருந்தவனுக்குப் பேரிடி விழுந்தது. 'மார்க்கெட் நிலவரம்' – குச்சிக் கிழங்குக்குக் 'கிராக்கி' இல்லை, வாங்குவார் இல்லை என்ற செய்தி அவனைச் செந்தேள்போல் கொட்டிற்று. முதலிலே, இது யாரோ வேண்டுமென்றே பொறாமையாலே கட்டிவிட்டது என்று எண்ணினான்; விவரம் அறிந்துவர நகரம் சென்று திரும்பிய பிறகுதான், அவனுக்கு மனமே உடைந்துவிட்டது. அங்குத் தெளிவாகவே சொன்னார்கள்; பல கிராமங்களிலே இந்தச் செய்தி தெரிந்து, விவசாயிகள் தலைமேலே கைவைத்துக் கொண்டு கிடக்கிறார்கள் என்று கூறினர். குச்சிக் கிழங்கு, உள்நாட்டிலே செலவாகக்கூடிய பண்டம் என்ற எண்ணத்திலே வெளிநாட்டுக்குக் கிழங்கு தேவையில்லையாம். என்று கூறப்பட்டது கேட்டு மெத்தக் கலங்கிப் போயினர்.

"பைத்தியக்காரப் பய! யாரோ பட்டணத்துக்காரனுக பேச்சைக் கேட்டு இவனும் கெட்டான். மத்தவங்களையும் கெடுத்துப்பூட்டன். இவன் பேச்சை நம்பி குச்சிக்கிழங்கு பயிர் வைத்தவனெல்லாம் 'கோ'ன்னு கதறிக்கிட்டு கிடக்கிறானுங்க – இவனுக்கு என்ன ஒண்டிக்கட்டை – மற்றவங்க பலபேரு சிறுசும் பெரிசுமாசக்கணக்கிலே வைத்துக்கொண்டு கஷ்டப்படுறாங்க. இப்ப இவனா எல்லோரோட கிழங்க வாங்கிக் கொள்ளப் போகிறான்" என்று சிலர் பேசினார். வேலப்பனுக்கு ஆத்திரம் வந்தது. "நானே மனம் வேதனைப்பட்டுக் கிடக்கிறேன், இந்தப் பாவிகள் வேறு என்னை வாட்டி எடுக்கிறார்களே. சே,சே என்ற ஜென்மங்களய்யா இதுகள்" என்று முணுமுணுத்தான்.

செல்லாயி, நிலைமை அறிந்து, சிரித்துப் பேசினால் வேலப்பனுக்குக் கோபமாக இருக்கும் என்பதை எண்ணி, முகத்தைத் தொங்கவிட்டுக் கொண்டாள். சலிப்பும், சோகமும் கொண்டான். ஒவ்வோர் நாளும் உச்சிப் போதுக்குள் மடுவில்

இறங்கிக் குளித்துவிடுவாள், தலையைக் கோதிக் கட்டிக்கொள்ள 'கிழிசல்' தெரியாமல்,சேலையைப் பக்குவமாகக் கட்டிக் கொள்வாள், தலைக்குக் காட்டுப் பூவாவது பறித்துச் சூட்டிக் கொள்வாள், கலகலவென்று சிரித்துப் பேசுவாள்.

கால் பூமியிலே 'பாவுதா' பார்டா அந்தக் குட்டிக்கு. நடக்கற போதே இவளை என்னமோ இந்தப் பூமி தூக்கித் தூக்கிக் குலுக்கிவிடறது போலல்லவா நடைபோடறா... நாட்டியக்காரியாட்டமா..." என்று கேலியாகப் பேசுவார்கள் செல்லாயியை; கிழங்குக்குக் கிராக்கி இல்லை என்பதாலே, வேலப்பன் விசாரப்பட்டான் – அதைக் கண்ட செல்லாயி, நாலு குழந்தைக்குத் தாயாகி, நாத்தி மாமி கொடுமையாலே நசுக்குண்டு போனவள் போலானாள்.

"அது ஒண்ணுதான் குறைச்சல். ஆமாம் எல்லாரும் நல்லவங்கதான்... அவங்க அவங்கபாடு அவங்களோடே..." என்று எதற்கும் எரிச்சலுடன் பதில் பேசுவாள். உடம்பு 'கசகச'வென்றாகிவிட்டதே. கழுவித் தொலைப்போம் என்றுதான் மடுவில் இறங்குவாள் – முன்புபோல மகிழ்ச்சியுடன் அல்ல.

அவளுக்கு வேலப்பனைப் பார்க்கவே பயமாக இருந்தது.

என்ன வேதனைப்படுகிறானோ, எவ்வளவு கோபமாக இருக்கிறானோ, இந்த நேரத்திலே போய்ப் பேசினால், அவனுக்கு மேலும் வேதனைதான் கிளம்பும். மேலும், என்னவென்றுதான் பேசுவது; கேட்கப் போனா, கிழங்கு விலை போகாவிட்டா என்னா, கரும்பு இல்லையா புகையிலையிலே பணம் வராதா, என்றா தைரியம் பேசமுடியும். அதையே அல்லவா அவன் நம்பிக்கொண்டிருந்தான். வேறு வழி ஏது? அந்த வேதனையை

மாற்றமுடியுமா? என்று எண்ணினான். இந்தச் சமயம் அடிக்கடி சென்று வேலப்பனைப் பார்ப்பதுகூடச் சரியல்லவென்று எண்ணிக் கொண்டார்.

நான் இருக்கிற இருப்புக்கு இப்ப கண்ணாலம் ஒன்னுதான் குறைச்சல். எது எப்படிப் போனாலும் என்ன, என் பின்னோடு சுத்திக்கிட்டு திரி என்கிறயா? ஓ புள்ளே, என் எதிரே நின்னுகிட்டு இப்படிப் பல்லைக் காட்டாதே. நான் இருக்கற ஆத்திரத்திலே எனக்கு அரிவா மேலேதான் கவனம் போவுது. அடி அம்மா மவராசி! கொஞ்சம் உன்னோட அலுக்குக் குலுக்கை யெல்லாம் அடக்கி வச்சிடு…” என்று ஏதாவது கோபத்திலே பேசுவான் என்ற பயம் செல்லாயிக்கு. அதனாலே, அவனை அடிக்கடி சந்திப்பதைக் குறைத்துக் கொண்டாள்; பார்க்க நேரிடும்போதும், பழகாதவள்போல கேட்ட கேள்விகளுக்குப் பதில் கூறிவிட்டு வந்துவிடுவாள்.

எல்லாம் இருக்கிற வரையிலேதான் மக்க மனுஷாள், சுற்றம் உறவு எல்லாம் பாரேன், இந்தச் செல்லாயியை; நளைக்கு நாலு தடவையாவது ஓடியாந்து நச்சரிப்பா, இப்ப என்னடான்னா, பாத்தும் பார்க்காத மாதியாப் போறா, பழகாதவ மாதிரியா நடந்து கொள்றா; பவுன் நகை இனிக் கிடைக்காது என்கிற நினைப்புல வேண்டா வெறுப்பாப் பேசறா. இவ்வளவுதான் இதுகளோட சுபாவம். நம்ம போறாத வேளை, இதுவும் நடக்கும் இதுக்கு மேலயும் நடக்கும்’ என்று வேலப்பன் எண்ணிக்கொண்டான், வேதனை மேலும் வளர்ந்தது.

ஒருவருக்கொருவர் மனம்விட்டுப் பேசிக் கொள்ளாததாலேயே, சந்தேகமும் சஞ்சலமும் இருவரிடமும் வளர்ந்தது. அதிக நாட்கள் இதை நீடிக்க விடக்கூடாது, ஒரு நாளைக்கு அவளை வெட்டு ஒண்ணு துண்டு இரண்டாகக் கேட்டுவிட வேண்டியதுதான் என்று வேலப்பன் முடிவு செய்து, நாளைக்கு அந்த வேலைதான் முதலில் என்று

எண்ணினான்; அவனை இந்த வேலையைச் செய்ய விடாமல் தடுத்திட, வேறோர் அவசர வேலை குறுக்கிட்டது.

* * *

‘ஓட்டு’ கேட்கறபோது, தினுசு தினுசான பேரிலே இங்கே வந்து, கெஞ்சிக் கூத்தாடினானுங்க, பெரிய மனுஷனுங்க, இப்ப பார்த்தாயா, கழனி காஞ்சி போனாலும், குளம் வத்திப் போனாலும், எந்தக் கஷ்டம் வந்தாலும், என்னடாப்பா கஷ்டத்துக்குக் காரணம்? நான் என்னா செய்யணும், சொல்லு? அப்படின்னு கேட்க ஒருத்தன் வந்தானா பார்த்தாயா? எல்லாம், ‘ஓட்டு’ வரைக்கும்தான், இவனுங்களோட ஒட்டு உறவு” என்று துவக்கினான் ஒருவன் – வேலப்பன் குடிசையில்.

“ஆமாம், அப்பொ, ஆயிரத்தெட்டு சிபாரிசு பேசினாங்க. கவுண்டரே கவனிச்சிக்கங்க... கோனாரே, ஓட்டுப் போட்டுக் கொடுங்க, தேவரே, என்னை உங்களுக்கு இருபது வருஷமாத் தெரியுமே, என்றெல்லாம் சொந்தம் பேசினானுங்க...”

“ஆமாண்டா விடுடா! நமக்கும் அப்ப, உச்சி குளுந்து போச்சு. இவ்வளவு பெரிய மனுஷனுங்க, நம்மைத் தேடிக்கிட்டு வரானுகன்னு, நாமும் அவனுங்களுக்காக ஓடி ஆடி வேலை செய்தோம்... ‘ஓட்டு’ போட்டா, ஊர் க்ஷேமமா இருக்கப் பாடுபடுவீங்கிளா, எப்படிச் செய்யப் போறிங்கன்னு ஒரு பேச்சு கேட்டமா? நம்ம ஜாதிக்காரன், நம்ம பக்கத்துக்காரன், என்று எதை எதையோ நம்பினமே தவிர, நாணயமானவனா, யோக்கியமானவனா, நல்லபடி உழைச்சி ஊருக்கு உபகாரம் செய்யப் போறவனா என்கிற எதைப்பற்றியும் யோசிக்கலே. மகாத்துமா தெரியுமேலேன்னு கேட்டான், ஆமா அவரு என்னங்க, கடவுளோட அவதாரம்னு கைகூப்பினோம், மத்த எதையும் யோசிக்கலே...”

“ஏன். யோசிக்கலை! நம்ம காளியாத்தா கோவில் கோபுரத்துக்குக் கலசம் வேணுமுன்னு கேட்டமே...”

“அட, அது ஒரு பிரமாதம்... ஐம்பதோ நூறோ ஆகப் போவுது... அவனுக, என்னதான் வேணும், சொல்லுங்க, இதிலே என்ன தப்புங்க, என்னாலானதை நான் செய்யணும்னு எனக்கு ஓர் ஆசை, வேறே ஒண்ணுமில்லே, அப்படி இப்படின்னு சொல்லவே, சரி, எதையோ ஒண்ணு கேட்டு வைப்பமேன்னு, ‘கலசம்’ வேணும்னு கேட்டம்... இது ஒரு பெரிய தப்பா?”

“வீண் விவகாரத்தை விட்டுத் தொலைங்கப்பா, தும்பை விட்டுப் போட்டு, வாலை பிடிக்கறது நம்ம பழக்கமாப் போயிட்டுது. அவனுங்க, சமயத்திலே காலைப் பிடி, தீர்ந்து போனதும் தலையைப் பிடி என்கிற வித்தையிலே கைதேர்ந்தவங்க. அது கிடக்கட்டும். இப்ப என்ன செய்யறது, சொல்லுங்க. குச்சிக்கிழங்கு விலை போலலேன்னா, நம்ம பக்கத்திலே வேணகுடி பாழாயிடும்... இதை என்ன செய்யறது, சொல்லுங்க.’

“அழுகிற புள்ளெக்குத்தானே பால் கிடைக்கும்....”

“அட அதான் கேட்கறேன், எங்கே போயி அழுகறது, என்னா சொல்லி அழுகறதுன்னு...”

“மந்திரிகிட்ட போகலாம் என்கிறாங்க...”

“யாரு? நாமா? மந்திரிகிட்டவா? மடைப்பய மகன்! அவனுங்க மந்திரியாவதற்கு முன்னே போனால் பார்த்திருக்க முடியும் – இப்பத்தான் மந்திரி ஆயிட்டாங்களே, இப்ப எப்படிப் பார்க்க முடியும்?”

“அழைச்சிகிட்டுப் போறேன், ஊருக்கு ஒருத்தர் இரண்டுபேரா, சேர்ந்து, ஒரு கமிட்டி போட்டா, போய்ப் பார்க்கலாம்னு...”

“யாரு நம்ம கொடிமரத்தான் சொல்றானா...?”

“ஆமாம். அவன் அடிக்கடி போய்ப் பார்க்கறானே மந்திரியை”

“சரி, அதுக்கு என்ன செய்யணுமாம்?”

“அட, இதெப்போயி, கொடிமரத்தானையேதான் கேக்கறதா? நமக்குப் புரியலியா? நாம என்ன அவனோட கஷ்டத்துக்கு, ஏதாச்சும் நம்மாலே ஆகிற சகாயத்தைச் செய்யவா, மாட்டோம்...”

“இப்ப, எல்லா மந்திரிகளும், கவர்னர்கூட, ஒரு பெரிய திருவிழாவுக்குக்கூடப் போறாங்களாம் அங்கேயே போய்ப் பார்த்துடலாம்னு, கொடிமரத்தான் யோசனை சொல்றான்... அவனும் நாம ஒரு நாலு பேருமாய்ப் போய் வாரச் செலவுக்கு, மகாநாட்டுக்கு டிக்கட்டு, சாப்பாட்டுச் செலவு, மாலை மரியாதைச் செலவு, எல்லாம் சேர்ந்து, நூறு நூத்திஐம்பதுக்கு மேலே பிடிக்காது என்கிறான். இதல்லாமபடிக்கு நாமெல்லாம் ஆளுக்குக் கீழுக்கு ஒண்ணு மேலுக்கு ஒண்ணு கதர் துணி வாங்கிக்கிடணுமாம் – மந்திரிகளோட மகாநாட்டிலே கதரோட போனாதான் நம்ம பேச்சை, காதுகொடுத்துக் கேட்பாங்களாம்...”

“கொடிமரத்தான் சொல்றானா?”

“ஆமாம்.”

பகுதி: 2

கொடிமரத்தான் வேலப்பன் தலைமையிலே கிளம்பிய ‘கமிட்டி’யைக் கோவைக்கு அழைத்துச் சென்றான், எல்லா மந்திரிகளையும் காட்டினான், நூறு கெஜ தூரத்தில் இவர்களை நிறுத்தி வைத்து.

“என்னை ‘நீராகாரம்’ இருந்தாக்கொடு கவுண்டரய்யா! என்று கேட்டு வாங்கிச் சாப்பிட்டவர் தாம்பா, அதோ, மேசையை அடித்துப் பேசறாரே அந்த மந்திரி என்று கமிட்டியில் ஒருவர் சொன்னார்.

“இம்மாந் தொலைவிலே இருந்து இவங்களைத் ‘தரிசனம்’ செய்தூட்டுப் போகவா, கொள்ளைப் பணத்துக்கு, வேட்டு வைச்சிருக்கான் கொடிமரத்தான்” என்று கமிட்டியிலே இருந்த ஒரு கோபக்காரர் கேட்டார்.

மந்திரி பேசிக்கொண்டிருந்தார் – பேச்சு என்று கூறுவது பொறுத்தமல்ல – மிரட்டிக் கொண்டிருந்தார்.

“நம்முடைய ஜனங்களுக்கே ஒரு கெட்ட சுபாவம்; எப்போதும் ஏதாவது ஒரு குறையை எடுத்துக் கூறிக்கொண்டு மூக்காலே அழுதுகொண்டு கிடப்பார்கள். அது இல்லை இது இல்லை; இதைக் கொடு, அதைக் கொடு, என்று கேட்டுக் கேட்டு, ஆட்சியிலே இருப்பவர்களைத் தொல்லைப்படுத்தியபடி இருக்கிறார்கள். இது பாரதத்தின் பண்பு அல்ல... இதை நம்முடைய தலைவர்கள் பல தடவை எடுத்துச் சொல்லியும் வருகிறார்கள். வெற்றிலைக் கொடிக்காலிலே பூச்சி வந்து விட்டது, சாமி! எங்களைக் காப்பாற்றவேணும் என்று போன வாரத்திலே ஒரு பத்து பேர் என்னை வந்து கேட்டார்கள் (சிரிப்பு) சிரிக்காதீர்கள். நாடு

எவ்வளவு கெட்டு வருகிறது. நம்முடைய ஜனங்களுடைய புத்தி எப்படி மட்டமாகிக் கொண்டு போகிறது என்பதை எண்ணிப் பாருங்கள். இப்படிப்பட்டவர்களைப் பற்றித்தான் நமது தேசிய மகாகவி, சுப்ரமணிய பாரதி 'நெஞ்சு பொறுக்குதில்லையே' இந்த நிலைகெட்ட மனிதரை நினைந்துவிட்டால், நெஞ்சு பொறுக்குதில்லையே; என்று பாடினார். எனக்கு எதுவும் தெரியாது. மாலையிலே அருமையாகப் பாடப் போகிறார்கள் ஸ்ரீமதி பட்டம்மாள். கேளுங்கள். பூச்சி வந்துவிட்டது, காப்பாற்றுங்கள் என்று என்னிடம் வந்து அழுதால் நான் என்ன செய்வது நீங்களே சொல்லுங்கள்? (மீண்டும் சிரிப்பு) பூச்சிகளை ஒன்றுவிடாமல் பிடித்து நசுக்கிப் போடவா? (பலத்த சிரிப்பு) மந்திரியின் வேலை இதுதானா? கரும்பு காய்ந்து போகிறது, கடலைக் கொட்டை கெட்டுப் போகிறது, இரும்பு கிடைக்கவில்லை. நெசவு நடக்கவில்லை. வாழை சரிந்து விட்டது. வரகரிசி முளைக்கவில்லை என்று எதையாவது சொல்லிக் கொண்டே இருக்கிறார்கள். இப்படி மூக்கால் அழுது கொண்டிருந்தால் நாட்டிலே சந்தோஷம் எப்படி ஏற்படும்? இப்படித் தொல்லை கொடுத்தும் நாங்கள் ஆட்சியை நடத்த நேரம் எப்படிக் கிடைக்கும். (ஒரு சீட்டு தரப்படுகிறது. அதைப் படித்துவிட்டு) இதோ பார்த்தீர்களா, புதிதாக ஓர் அழுகுரல். குச்சிக் கிழங்குகளுக்கு மார்க்கெட் இல்லையாம்! (சிரிப்பு) உடனே நிவாரணம் அளிக்கவும் என்று எழுதி இருக்கிறார், ஓர் அன்பர். என்ன நிவாரணம் அளிக்கச் சொல்கிறாரோ ஆண்டவனுக்குத்தான் தெரியும்! குச்சிக்கிழங்குக்கு மார்க்கெட் இல்லை என்றால், நான் என்ன செய்ய வேண்டும் என்கிறார்? கூடையிலே வைத்துக்கொண்டு, தெருத் தெருவாகச் சென்று குச்சுக் கிழங்கோ! குச்சிக்கிழங்கு! என்று விற்கச் சொல்கிறாரா? (பலத்த கைத்தட்டல்; சிரிப்பு)...''

"அடச்சே! எழுந்திருங்கடா, போவோம். மகாப் பெரிய மனுஷங்க....'' என்று கோபமாகக் கூறிக்கொண்டே பெரியவர் எழுந்தார்; 'கமிட்டி' அவ்வளவும் கொட்டகையைவிட்டு வெளியேறிவிட்டது; கொடிமரத்தான் பின்னோடு ஓடிந்தான்.

“ஏன்? ஏன்? எங்கே கிளம்பிட்டீங்க?”

“எங்கேயா? கூடை வாங்கிகிட்டு வந்து, உன்னோட தலைவன் தலையிலே கவிழ்க்க. வெட்கமில்லாமெ எங்களாண்டை பேச வேற வந்துட்டய்யா...?”

“என்னங்க இது, எதுக்கு இவ்வளவு கோவம்?”

“கோவம் வரலாமா, பாவம்! அங்கே வாரி வாரிக் கொட்டறானே ஒரு புத்திசாலி, கருணையை; அதைப் பார்த்துமா கோவம் வரலாமான்னு கேட்கறே! ஆகவேண்டிய காரியம் ஆயிடிச்சி, இனி நாம அடிச்சவரையிலே இலாபம்னு எண்ணிக்கிட்டு, அந்த மனுஷன், ஆகாசத்துக்கும் பூமிக்குமா, குதிச்சுக் குதிச்சுப் பேசறானே – ஜனங்க மூக்காலே அழறாங்கன்னு... இவனுக நாட்டை நடத்தற நடப்புக்கு, ஜனங்க அழாமெ, இவனுங்க எதிரே வந்து டான்சு ஆடுவாங்க, டான்சு... என்னா எடுத்தேன் கவிழ்த்தேன்னு பேசறான் அந்த மனுஷன். கஷ்டப்படறம், அதைச் சொல்லி, ஐயா! அப்பான்னு! வேண்டிக்கொள்கிறோம்.... அதைக் கேக்கப் பொறுக்கலியாமே இவருக்கு. குச்சிக்கிழங்குக்கு மார்க்கட்டு இல்லையானா, நான் என்ன செய்ய, கூடையிலே வைச்சிக்கிட்டு விற்கவான்னு கேட்கறானே, இதுவாய்யா ஒரு மந்திரி பேசற மரியாதையான பேச்சு. குத்தல் பேச்சு இல்லியா அது. அவனவன் கும்பி காயுதேன்னு கஷ்டப்பட்டுக்கிட்டு, இவனுங்ககிட்டத்தானே அதிகாரம் இருக்குது, போயி நம்மோட குறையைச் சொல்லுவோம்னு வந்தா, கூடையிலே வைச்சிக்கிட்டு விற்கவான்னு கேலி பேசறாரு... பெரிய குபேரரு! வித்தா என்னவாம்! தலையிலே கூடையைத் தூக்கி வைச்சா, பூமி பொளந்துடுமா, இல்லை, இவரோட, மண்டை வெடிச்சுடுமா... பேசறான் பார், மகா பெரிய மேதாவிங்கன்னு நினைச்சுகிட்டு. போன வருஷம் நான் என் கண்ணாலே பார்த்தனே, நெசவுக்காரனுக கஷ்டப்படறாங்கன்னு சொல்லி,

கைத்தறித் துணிமூட்டையைத் தூக்கித் தோளிலே போட்டுக்கிட்டு தெருத்தெருவா போய் வித்தானுங்களே, இந்தக் கழகத்துக்காரனுங்க... கௌரவமா போயிடிச்சி... மக்களோட கஷ்டத்தை உணர்ந்த மகராஜனுகன்னு ஏழை எளிய வங்க வரவேத்தானுங்க... இவர் என்னடான்னா, கிண்டல் பேசறாரு, கிண்டல்! கூடையைத் தூக்கினதே இல்லை... பொறக்கறப்பவே ஒட்டுப் பொட்டியோட பொறந்தவரு...''

"இதோ பாருங்க... இந்த மந்திரி இப்படித்தான் எப்பவும் வம்பும் தும்பும் பேசறவரு... இவர்போலவா மத்தவங்க... போகாதிங்க... இருங்க... மத்த மந்திரிகள் பேசறதைக் கேளுங்க...''

"ஏன், இந்த ஒரு மந்திரி அபிஷேகம் பண்ணின போதாது, மத்தவர்களோட அர்ச்சனையையும் கேட்டுட்டுப் போகலாம் என்கிறயா? அடெ அப்பா! கொடிமரம், போதும்டா, எங்களுக்கு வேணுங்கிறது கிடைச்சுப் போச்சு. உனக்கு வேணுங்கிறதையும் நாங்க கொடுத்தாச்சி. எங்களை இத்தோடு விட்டுடு... மானமாவது தக்கட்டம்...''

கமிட்டியினர் கடுங்கோபத்துடன் செல்வது கண்டு கொடிமரத்தான் பயந்துபோனான் – திரும்பி அதே கிராமத்திலே நடமாடவேண்டுமே!

* * *

வேலப்பனுக்குத்தான் இதனால் அதிகச் செலவு; கிழங்கு 'கால்வாசி' விலைக்குக் கூடப் போகவில்லை. 'முட்டுவழி' கட்டி வரவில்லை. கிழங்குப் பிரச்சினையைத் தீர்த்து வைக்க எடுத்துக்கொண்ட முயற்சியால் கடன் வேறு; வேலப்பன் கலியாணத்தைப் பற்றிய எண்ணத்தையே விரட்டி அடித்தான்;

செல்லாயியால் கண்ணீர் சுரப்பதைத் தடுக்க முடியவில்லை; கன்னம் அந்த முத்துக்களைத் தாங்கிக்கொள்ள மனமின்றி, நெஞ்சிலிருந்து கிளம்பியவை அங்கேயே போய்ச் சேரட்டும் என்று அனுப்பிவிட்டது.

“வேலப்பா! ஏண்டாப்பா! இதுக்கெல்லாமா, மனசைத் தளர விட்டுவிடறது, இதுவரையிலே நான் இதுபோல எத்தனை கஷ்டத்தைத் தாங்கிகிட்டேன், காஞ்சிருக்கும், மழையாப் பொழிஞ்சி அழிச்சி இருக்கும், மாடுகண்ணு ‘கோமாரி’யிலே செத்திருக்கும், மனுஷாளுகளே மாண்டு போயிருப்பாங்க. பலா மாதிரி நோயாலே... அதுக்காக இப்படியா, மனசு ஒடிஞ்சி போயிட்டேன். பைத்தியக்காரப்புள்ளே! போயி! காரியத்தைப் பாரு. இந்தத் தடவை இல்லாட்டா, அடுத்த வருஷம் நல்லது ஏற்படுது, என்னா இப்ப? உனக்கு என்னடா குறைச்சல்! எனக்கு இந்தத் தடவை ‘சோளம்’ நல்லபடி இருக்குது – போதுமே நமக்கு” என்று சடையாண்டி பலமுறை ஆறுதல் கூறியும், வேலப்பனுக்குத் திருப்தி ஏற்படவில்லை; விசாரம் அவனை வாட்டியபடி இருந்தது. காரணமின்றிக் கோபம் வரும்; கண்டவருடன் வம்புக்குப் போகத்தோன்றும்; மாடு கன்றுகள் கூட அவன் கோபத்தைத் தாங்கிக் கொள்ள வேண்டி வந்தது. செல்லிக்கு அவனைப் பார்க்கும்போது நடுக்கமே ஏற்படும் – சுட்டுத் தள்ளிவிடுவது போலப் பார்க்கிறான்!!

“சுத்தமாக் கழுவிடணும், தெரியுதா... துளிசேறு இருக்கப்படாது...” என்று கூறி, மோட்டார் ஓட்டிக் கொண்டு வந்தவன் எட்டணாவைக் கொடுத்தான், பொடிப்பயலிடம்; அவன் அந்த மோட்டாரை மிகச் சுத்தமாகக் கழுவித்துடைத்துக் கொண்டிருந்தான். அலுப்பினாலே, மரத்தடியில் துண்டு விரித்துப் படுத்துத் தூங்கிவிட்டான், மோட்டார் ஓட்டிக் கொண்டுவந்தவன். அவன் விழித்தெழுந்ததும், சொல்லிவிட்டுப் போகாலாம் என்று, பொடிப் பயல் அங்கேயே உட்கார்ந்து கொண்டிருந்தான்.

வேலப்பன் அந்தப்பக்கம் வந்தான், காருக்குப் பக்கத்தில் சிறுவன் இருப்பதைக்கண்டு, "ஏண்டா! ராத்திரிகூடச் சாப்பிடலயே, காலயிலே எங்கே, சுத்த வந்தூட்டே, கஞ்சி கொடுக்கத் தேடினேன், காணமே... ஆமா, இது என்ன, மோடாரு... இவருயாரு, துரை, சொகமாத்தூங்கறாரு?" என்று கேட்டான்.

"பார்த்தயாண்ணேன், எட்டணா... எருமைமாடு மூணு தேச்சிக் கழுவறமாதிரிதான், இருந்திச்சி - இந்த மோடாரைக் கழுவிவிட. எட்டணா கிடைச்சுது! மந்தை எருமையை மேய்ச்சி தேய்ச்சி குளிப்பாட்டி விட்டாக் கூட, கால்காசு கிடைக்காது, இங்கே. பாரு, எட்டணா?" என்று சிறுவன் பெருமையாகச் சொன்னான்.

"ஆமாம்டா, இனி இப்படித்தான், மோட்டாரு கழுவி நீ புழைக்க வேண்டியதுதான், நானும், ஏதாவது ரயில் துடைக்கப் போகவேண்டியதுதான். வேறே புழைப்பு? அப்படியாப்பட்ட குச்சிக்கிழங்கு போட்டே கட்டிவராமே கஷ்டம் வந்துடுச்சின்னா, இனி இங்கே எதை நம்பிகிட்டுக் கிடக்கறது" என்றான் வேலப்பன்.

மரத்தடியில் படுத்துத் தூங்கிக் கொடுக்கறாங்க?" என்று கேடடான் வேலப்பன்.

'மோடார் கார் ஓட்டுபவனுக்கு நாற்பது ஐம்பது ரூபா சம்பளம் கிடைக்கும்" என்றான், அவன்.

"பாரேண்டா, இவரு பேசற தினுசை. வகைக்கு உங்க எஜமான் எம்மாஞ் சம்பளம் கொடுக்கறார் சொல்லய்யான்னா..."

"அதுபா? எனக்கு எஜமான் இல்லையே நான் டிரைவர் இல்லா... என்னோட 'கார்'தான் இது என்றான் அவன்.

“என்ன...? விளையாடறிங்களா...”

“இல்லேப்பா! விளையாட்டு என்ன இதிலே! கார் என்னுடையதுதான்...”

“அப்படியா... நானு... நீங்க... மரத்தடியிலே படுத்துத் தூங்கிகிட்டு இருக்கவே, டிரைவருன்னு...”

“மரத்தடி! மாந்தோப்பு! மணம்! ஏர் உழவுப் பாடல்! ஏத்தப் பாட்டு! நாத்து நடும் பெண்கள் எங்கும் பசுமை! எங்கும் புதுமணம்!...” என்று உற்சாகத்துடன் கூறிக்கொண்டே அந்த ஆசாமி, சுற்றிலும் இருந்த காட்சிகளைப் பார்த்துக்கொண்டிருந் தான். வேலப்பனுக்குச் சிரிப்பதா, அழுவதா என்று தெரியவில்லை. வாழ்க்கை குன்றுகிறது இனிக் கிராமத்திலே இருந்துகொண்டு காலந் தள்ளுவது முடியாது கிராமத்தைப் பார்த்துப் பார்த்து வெறிச்சென்று கிடக்கிறது, உழைப்பது தவிர வேறொன்றும் காணோமே, பட்ட பாட்டுக்குப் பலன் கிடைக்கவில்லையே, இதைவிட்டுத் தொலைந்தால் போதும் என்று எண்ணிக்கொண்டிருக்கிறான் இங்கே ஒருவர் - அவரும் இளைஞராகத்தான் இருக்கிறார் வாழ்க்கையில் வசதி உள்ளவர் - மலரே! மணமே! மடுவே! மாடே! ஏதே! எழிலே! என்று ஏதேதோ கூறி மகிழ்கிறார்!!

வேலப்பன் பெருமூச்செறிந்தான்...!

“கிராமத்துக் கவர்ச்சி, புகை கப்பிக்கொண்டு சந்தடி அதிகமாகிக் கிடக்கும் நகரத்திலே ஏது!”

“பணம் நிறைய இருக்கு அங்கே...”

"என்னமோ போங்க, வேடிக்கையாகப் பேசறிங்க! உங்களிடம் இருக்கிறது எங்களிடம் இல்லையேன்னு நாங்க கிராமத்துக்காரரு கஷ்டப்படறோம், நீங்க வேறே எதுவோ ஒண்ணு எங்களண்டை இருக்குன்னு சொல்லிப் புகழ்ந்து பேசறிங்க..."

"கண் இருக்கவேண்டியது தானப்பா, ஆனா கண்ணாலே பார்க்க, நல்ல பொருள் இருக்கவேண்டுமால்லவா? பார்க்க, பாம்பு தேளும், படுகுழியும் நெருப்புக்குண்டமும்தான் இருக்கிறது என்றால், கண் இருந்துதான் என்ன பயன்?"

"அது சரிங்க-, ஆனா, பவுன் பவுனா கொட்டி இருக்கு தினுசு தினுசா பண்டமிருக்கு, வகை வகையா அருமையான சாமான் இருக்கு, ஆனா இதை எதையும் பார்க்கக் கண் இல்லேன்னா, என்னாங்க, பிரயோசனம்?"

"ஆஹா! பாரேன், இதையே அங்கே படிப்பு இருக்கிறது புளியேப்பம் வருமளவுக்கு, ஆனால் இதோ இப்போது நீ பேசினயே, அந்தப் பக்குவம் அந்த நகைச்சுவை அறிவு இருப்பதில்லையே..."

"நீங்க யாருங்க..."

"பைத்தியக்காரன் இல்லையப்பா. இப்படிப் பேசினதாலே, உனக்கு இப்படி ஒரு சந்தேகம் ஏற்பட்டிருக்கும், நான் பைத்தியம் பிடித்தவனல்ல, கிராம்த்திடம் எனக்கு அவ்வளவு பாசம், மதிப்பு, மோகம் என்று கூடச் சொல்லலாம். பத்து நாளைக்கு ஒருதடவையாவது, ஏதாவது ஒரு கிராமம் சென்று, அங்கே உள்ள காட்சிகளைப் பார்த்தால் தான் என்மனத்திலே, ஆயாசம், அலுப்பு எல்லாம் போகும், ஒரு புதுத்தெம்பு ஏற்படும்."

“அப்படி ஒரு பழக்கமா உங்களுக்கு… எங்களுக்கு ஒரு ஆறுமாசத்துக்கு ஒரு தடவையாவது, ‘டவுன்’ பக்கம்போயி, பளபள விளக்கு, பலவர்ண ஜொலிப்பு சினிமா, பஜாரு, இதை எல்லாம் பார்த்தாத்தான், ஒருமாதிரி தெம்பு… ஆனா, அதுக்குக் கொஞ்சம் காசு செலவாகும்… அதுதானே இங்கே கிடைக்கறதில்லை… ஆசையிலே மண் விழுந்துடுது அப்போ பார்க்கப்போ…”

மோட்டார் புறப்பட்டுவிட்டது - வேலப்பனுடைய மனம் அந்த ‘மோட்டாருடன்’ சென்றுவிட்டது; உடல் மட்டும்தான் கிராமத்தில் உலவிக்கொண்டிருந்தது.

அதுவும் கொஞ்சநாள்தான். வேலப்பன், ‘டவுன்’ வாசியாகிவிட்டான் - நிலத்தை யாருக்கோ கொடுத்து விட்டு, கடனைக் கட்டிவிட்டு, கையில் கொஞ்சம் பணம் எடுத்துக்கொண்டு சென்றான். இதை வைத்து ஏதாவது தொழில் செய்யவேண்டும், வியாபாரம் நடத்த வேண்டும் என்று பலமாதிரி திட்டங்கள் மனத்தில். நிலம் கைமாற முடிந்தது, செல்லத்தின் மனம்? படாதபாடுபட்டது.

மடியிலே நாலு நூறு ரூபாயுடன் டவுனில் நடமாடியபோது, வேலப்பனுக்கு எப்போதும் ஏற்படாத ஒரு தெம்பும் தைரியமும் வந்தது; கடைவீதியிலே உலவும்போது அவன் கண்களிலே நம்பிக்கை ஒளிவிடும். சின்னக் கடையாக ஆரம்பித்து, சாமார்த்தியமாக வியாபாரத்தை நடத்தித்தானே, இவர்களிலே பலர், பெரிய கடைகள் வைத்துக்கொண்டு பணம் சேர்க்க முடிந்தது. நாம் ஏன் இப்படிச் செய்யக் கூடாது? ஏன் நம்மாலே முடியாது? என்று எண்ணிக் கொள்வான். அவன் உள்ளத்தில் ஓராயிரம் யோசனைகள் தோன்றித் தோன்றி ஒன்றோடொன்று மோதுவதாலே சில நொறுங்கிப்போயின, யோசனைகள் குழம்பி விட்டன;

யாராவது தக்கபடி யோசனை சொன்னாலும் மட்டுமே நல்லது, என்று எண்ணிக் கொண்டான்.

‘டவுன்’ இதற்கா, ஆளை வைத்துக்கொண்டில்லை? இதையே பெரிய தொழிலாகக் கொண்டவர்களை, அவன் தெரிந்து கொண்டதில்லை - அவனாலே கண்டுபிடிக்க முடியவில்லை - இவனைக் கண்டுகொள்ளவா அவர்களால் முடியாது. முதலில் மோப்பம் பிடித்தவன், முத்தையன் - மூலைக் கடை முத்தையன் - என்பது அவனுக்குப் பட்டப் பெயர்! ஆனால், அவனுக்குக் ‘கடை’ கிடையாது; மூலைக் கடை, மூசா ராவுத்தருடையது; அங்கு எப்போதும் வட்டமிட்டபடி இருப்பான்; அதனால், அந்த வட்டாரத்தினர், அவனுக்கு மூலைக் கடை முத்தையன் என்று பெயரிட்டனர்.

முத்தையன் வழக்கப்படி நாலு நட்சத்திர பீடியைப் பற்ற வைத்துக் கொண்டு, புதுவியாபாரத் திட்டமொன்றை, மூசாராவுத்தருக்கு விளக்கிக் கொண்டிருந்தான்.

“பத்து இருக்குமேல்லோ ராவுத்தரே வருஷம் நீ இங்கே வந்து? என்ன செய்திருக்கே? இதுவரையிலே! பத்துப் பவுனில் நகை செய்தானே, அது தானே...”

“அதுமட்டும் இப்ப இருக்குதா? பள்ளிக்கூடம் படிக்குது...”

“ஆமாம் மறந்துட்டேன்... இந்த ஆனைமார்க் அல்வாப் பொட்டலம் வாங்கி, எல்லாம் நாத்தமடிச்சி போயி, சாக்கடையிலே வாரிகொட்டிவிட்டயே, அதிலே வந்த நஷ்டத்துக்குப் போய்விட்டதில்லை, மறந்தூட்டேன். உனக்கு எங்கேய்யா, நம்ம பேச்சு ஏறுது? எந்தெந்தப் பயலோ புழைக்கிறான், நான் சொல்ற ஏற்பாட்டைக் கச்சிதமாச் செய்து, நமக்கு வேண்டிய மனஷராச்சேன்னு நான், உன்கிட்டே

ஒவ்வொரு பிளானையும் சொல்லிகிட்டுத்தான் வர்றேன், கேட்டாத்தானே."

"ஏம்பா! நீ சொல்கிறபோது 'ஜோரா'த்தான் இருக்கு, திட்டம் பிறபாடு யோசிக்கறப்போ, பயம் ஏற்படுதே, புதுவெள்ளம் வந்து பழையவெள்ளைத்தை அடிச்சிக்கிட்டுப் போவுது என்பார்களே, அதுபோல, புதுசா ஏதாச்சும் செய்ய ஆரம்பிச்சி உள்ளதும் போயிட்டா என்னா செய்யறது என்கிற திகில்தான்..."

"உனக்குக் கொடுத்து வைக்கலேன்னு சொல்லு. கோழி அடைக்காக்கற மாதிரியா, உனக்கு இந்தப் பெஞ்சிலே உட்கார்ந்து, உட்கார்ந்து பழக்கமாயிட்டுது... வேறே யோசனை உதிக்கறதில்லே..."

வேலப்பன், தன்வேட்டியும் சட்டையும் அழுக்காகி விட்டதால்; வெளுக்க, 'சோப்' வாங்குவதற்காக வந்தான்; அவன் இலவசமாகத் தங்கியிருந்த இருளப்பன் மில்லில் தொழிலாளி, ஆறு குடித்தனத்துக்கு நடுவில் இருந்து வந்தான் - குளிக்க, துணி துவைக்க பொதுக் குழாய்தான் வேலப்பனுக்கு.

"சோப்புக் கட்டி ஒண்ணு"

"யாரடா, தம்பி! புதுசா இருக்கே? நீ, ஒரு சோப்புக் கட்டி கேட்கிறபோதே எனக்குப் புரிஞ்சுப் போச்சு. நீ டவுனுக்குப் புதுசு என்பது. எந்த ஊரு" என்று மூசா அல்ல, முத்தையன் கேட்டான் - கேட்டுவிட்டு, மூணுகட்டி கொண்ட பாக்கெட்டு நாலணா விலை - ஒரு கட்டியா வாங்கினா ஒண்ணரை அணா ஆகுது, பாக்கெட்டா வாங்கினா இலாபமாச்சே - அது கூடத் தெரியாதவனா இருப்பதைப் பார்த்துத்தான் நீ டவுனுக்குப் புதுசுன்னு தெரிஞ்சிக்கிட்டேன்" என்று முத்தையன் விளக்கம் கொடுத்தான் - மூசா ஒரு பாக்கெட் கொடுத்தார் - பணம் கொடுத்தான் வேலப்பன். புத்தியை முத்தையனிடம் பறி கொடுத்தான்.

மாதம் மூன்று ஆவதற்குள் ஆறுவகையான 'தொழில்' செய்தாகிவிட்டது - அத்தர் வியாபாரத்தில் தொடங்கி வத்தல் வியாபாரம் வரையிலே நடந்தது - பணம் மிச்சம் பத்துப் பதினைந்து என்ற அளவு வந்த பிறகுதான், மறுபடி மூசா ராவுத் தருக்கு யோசனை கூறிக்கொண்டு நாலுநட்சத்திர பீடி பிடிக்க மீண்டும் சென்றான் முத்தையன்.

* * *

அதிர்ஷ்டம்னு ஒண்ணு இருந்தா இப்ப ஏன் அலைந்து திரியவேண்டி இருக்குது... இதோ பார் வேலப்பா! நானும் டவுனுக்கு வந்த புதுசிலே, மில்லுக்குப் போக மனம் வரவில்லை - பல்பொடி வியாபாரம், பால் வியாபாரம் எல்லாம் ஒரு மூச்சுப் பார்த்து விட்டு பிறகுதான், வயித்துக்கு கிடைச்சாப் போதும்னு, மில்லுக்குப் போனேன். நீ இன்னமும், 'கனா' கண்டுசிட்டே இருக்கறே. எப்படி மாறிப் போயிருக்கறே தெரியுமா? துரும்பா இளைச்சிப் போயிருக்கறே. எங்கே சாப்பிடறயோ, எப்போ சாப்படறயோ, இப்படி இளைச்சிப் போயிட்டே...."

"அதெல்லாம் ஒண்ணுமில்லே நமக்கு, எதைச் செய்தா பணம் கிடைக்கும்னு கண்டறியற புத்தி இல்லே... பணம் சம்பாதிக்கிறாங்கன்னா, அவங்களுக்குச் சூட்சமபுத்தி இருக்கு, சுறுசுறுப்பு இருக்கு... நம்ம புத்தியைச் சொல்லு, ஒரே மந்தம்..."

"போடா, போ! எங்க மில்லுக்கு ஒருத்தன் வர்றான், முதலாளிகிட்டப் பேசறதுக்கு, எப்பவாவது, பெரிய பொதியன் - முகத்தைப் பார்த்தாலே முழு மூடம்னு தெரியும் - அவன் எவ்வளவு இலட்சம் சம்பாரிச்சு இருக்கான் தெரியுமா? ஐஞ்சாறு இலட்சம் இருக்கும்னு சொல்றாங்க... எல்லாம் பிராந்தி விஸ்கி வித்துத்தான்... இதிலே புத்திசாலித்தனம்

என்ன தேவைப்படு தாம்! குடிக்கிறவனுங்க, கண்ணு மண்ணு தெரியாமெ விலை கொடுக்கறானுங்க; போதை, வெறி இதனாலே, இலாபம் மத்த வியாபாரத்தைக் காட்டிலும் அதிகமா வருது, குவியுது. மத்தவனோட முட்டாத் தனத்தாலே இலாபம் வந்ததே தவிர, இவானோட புத்திசாலித்தனத்தாலே என்ன இருக்குதாம் அவனைப் பள்ளிக்கூடத்திலே, சுத்த மக்குன்னு சொல்லியே துரத்திவிட்டாராம், வாத்தியாரு - இப்ப இவனோட வாடகைக் கணக்கு எழுதிப்பிழைக்கறாரு - பெரிய அறிவாளின்னு சொல்றாங்க அந்த ஆசாமியை...”

“அதுசரி, இப்பத்தான் மதுவிலக்கு இருக்கே...”

“ஆமாம், மதுவிலக்கு இருக்குது, கடை இருக்கே விற்கக் கூடாது, அவ்வளவு தானே...!

“அப்படின்னா...?”

“இப்ப ‘கடை’க்கு மனஷாள் போறதில்லை ‘கடை’ மனஷாளைத் தேடிக்கிட்டுப் போகுது! திருட்டு வியாபாரம் நடக்குது. முன்னாலே பகிரங்கமா வியாபாரம் செய்தான், இப்ப, அதுவே, இரகசியமா நடக்குது, இப்பத்தான் முன்னையைப் போல மூணு மடங்கு இலாபம். எங்க மில்காரன்கிட்ட அவன் வாரானே, எதுக்கு? எல்லாம் இதுதான்.”

“அப்படியா சமாச்சாரம். ஆனா அதெல்லாம் பெரிய இடத்திலே... தலைகாஞ்சதுக எங்கேயிருந்து வாங்கப் போகுதுங்க... அவங்களைப் பொறுத்தவரையிலே மதுவிலக்கு நிஜமாத்தான் இருக்கு...”

“அதுவும் தப்புதான், அவங்கமட்டும் என்னவாம்? பொதியன் பாட்டில் சரக்கு விற்கிறான், மத்த மட்டம் விற்கறான்...”

“மட்டம்....?”

“காச்சினதுடா! இப்ப அந்த வியாபாரம் தான் கனஜோர்... நானே மாசத்திலே ஓர் அஞ்சு பத்து அதுக்குத் தொலைக்கறேன்...*”*

“அடப்பாவி...!”

பகுதி: 3

“என்ன நய்னா கவனிக்காமலே போறே? என்ன தான் வாழ்வு ஒசந்துட்டாலும் இப்படி நட்டுப் பொட்டிட்டுக்கக் கூடாது...” என்று ஆரம்பித்த மூலைக்கடை முத்தையன், “அதுக்கென்ன அண்ணேன்!”

ஆசாமி ‘டாப்’ திறந்துடறேன்... நம்மைச் சரியாவே கவனிக்கிறதில்லை... என்னடா எஜமானுக்குத்தான் உன் மேலே உசிராமேன்னு நம்ம ஜதைக்கரானுங்க பேசறானுங்க, இங்கே சரிவர நம்மைக் கவனிக்க ஆள்கிடையாது எவ்வளவு கண்ணுங் கருத்துமா நான் கவனிக்கிறேன், ஒரு காக்கா குருவிக்குத் தெரியுமா? இரகசியம்? அப்படி எல்லாம் பாடுபாடறேன், ஏழைமேலே இரக்கம் காட்டாம இருந்தா நல்லதா சொல்லுங்க” என்று கெஞ்சிக் கூத்தாடிப் பேசியதாகச் சாந்திக்கு உதவி கேட்டுப் பெறும் அளவுக்கு, வேலப்பனுடைய நிலைமை ஒரு ஆறே மாதத்தில் உயர்ந்துவிட்டது. ஆசாமியின் நடை உடைபாவனையே மாறிவிட்டது... தொழில் அவனைப் புது ஆளாக்கிவிட்டது. சுருள் மீசை - சந்தனப் பொட்டு - விரலிலே சிகரெட் டின் - இப்படிக் கோலமே மாறிவிட்டது. வேலப்பன், கள்ளச்சாராய விற்பனையில் கை தேர்ந்தவனாகிவிட்டான்; அவன் மட்டும் ‘காச்சினது’ சாப்பிடமாட்டான் நாறப்பதோ ஐம்பதோ, வீசி எறிந்தால் ‘அசல்’ கிடைக்கும், விஸ்கி, பிராந்தியோ, அதைத்தான் சாப்பிடுவான் இளவட்டம், இந்தப் பசங்களுக்கு! அதைச் சாப்பிட்டுவிட்டு குடல் வெந்து சிலது சாகும் - குளறிக் குத்தாடி சிலது சிலது போலீஸிலே சிக்கிக் கொள்ளும் - வேலப்பனுக்குப் புதிய அந்தஸ்தே ஏற்பட்டு விட்டதே அந்த உலகத்தில் முதல் ‘சில்க் சட்டை தைத்துப் போட்டுக் கொண்டபோது அவனுக்குச் செல்லி மீது நினைவு சென்றது. அவள் கன்னமும் இந்தச் சட்டையும் உராய்ந்தால் எப்படியாகும். ஆனந்தம் என்று எண்ணிப் பார்த்தான்.

விதவிதமான பட்டுச் சேலைகள் புதுதினுசு ஜாக்கெட்டுகள், பவுன் நகைகள் இவற்றையெல்லாம் வாங்கிக் கொடுத்துச் செல்லி இவற்றால் தன்னை அலங்கரித்துக் கொண்டு எதிரே நின்று கொண்டு சிரித்து பேசுவாள் - கனவில்!!

பணம் சேரச்சேர, அவனுக்குச் செல்லி என்ன நினைப்பாள், இது ஒரு பொழப்பா என்று கேவலமாக பேசுவாளோ, எந்தச் சமயத்திலே போலீஸிலே சிக்கிக் கொண்டு கம்பி எண்ண வேண்டிவருமோ, அடிமடியிலே நெருப்பைக் கட்டிக் கொண்டு வாழ்வது ஒரு வாழ்வோ என்று வெறுப்போடு கேட்டபாளே என்றெல்லாம் எண்ணம் சென்றது. மொத்தமாக ஓர் ஆயிரம் சேர்ந்ததும் போதும், இத்தோடு கிராமம் போய்விடுவோம், கலியாணம் செய்து கொண்டு செல்லியுடன் ஆனந்தமாக வாழலாம் என்று தோன்றிற்று. மறுபடியும், சே! விற்று விட்டு வந்த நிலத்தை திருப்பி வாங்கலாமா அந்தக் கிராமத்திலே காலடி எடுத்து வைப்பது என்று தோன்றிற்று இன்னும் கொஞ்சம் காலம் என்று தனக்குத் தானே கூறிக்கொண்டான். மூன்று நாலு ஏக்கர் அயன் நஞ்சை வாங்கக் கூடய அந்தஸ்து வந்தது போயிவிடலாம் என்ற எண்ணம் வந்தது! அங்கே போய் ஏறும் எருதும் துணையென்று, மறுபடியும் முழங்காலுக்கு மேலே துணியைக் கட்டிக் கொண்டு, முண்டாசு கட்டிக்கொண்டு, உழுது கொண்டு கிடக்க வேண்டியது தானா, இனி ஏன் அந்தப் பிழைப்பு, இன்னும் கொஞ்சம் பணம் சேர்த்துக்கொண்டு, வேறு ஒரு ‘டவுன்’ போகலாம், அங்கு நல்ல வியாபாரம் ஆரம்பித்து, நாலுபேர் மதிக்கத்தக்க மனிதனாகலாம் என்று ஆசை பிறந்தது. இப்படி ஒவ்வோர் தடவை ஆசை பிறக்கும்போதும், வேலப்பன், தன்னுடன்தான் அழைத்துக்கொண்டு சென்றான் செல்லியை - கற்பனை இரதத்தில்! செல்லியை இவன் தாராசங்கம் தமயந்தியின் நேசம் ஏற்படுகிறவரையில் மறக்கவில்லை. தாரா சங்கம் தமயந்தியுடன் ‘தொழில்’ முறையிலே தான் அவனுக்கு முதல் தொடர்பு ஏற்பட்டது. வாடிக்கையாக ‘சரக்கு’ வாங்கி வந்ததில் இருநூறு ரூபாய் அளவுக்குப் பாக்கி ஏறிவிட்டது - பணம்

வருவதாகக் காணோம். மூலைக்கடை முத்தையன் இதற்குள் வேலப்பனை, ‘எஜமான்’ ஆக்கிக் கொண்டிருந்தான்.

“எஜமான் சும்மாவிடக் கூடாதுங்கோ அவளை. ஆமா, பணத்தை எப்படியும் வாங்கியாகணும் நாங்க இவ்வளவு பேரு எதுக்கு இருக்கிறோம் உங்க உப்பை தின்னுவிட்டு, இந்த வேலை கூடச் செய்யாவிட்டா மனுஷ ஜென்மமா நாங்க. ஒரு உத்தரவு கொடுங்க, அவ வீட்டிலே பூந்து கலாட்டா செய்து பணத்தைக் கறந்துகிட்டு வந்து கொடுக்கிறோம்.”

“முத்தையா! அவளை நீ கண்டதுண்டமா வெட்டிப் போட்டாக்கூட, பணம் கிடைக்காது; போவுதுபோ, விட்டுத் தொலை. இனி ‘சரக்கு’ கொடுக்காதே, அவ்வளவுதான்.”

“எஜமன், இது எனக்குப் பிடிக்கலே. நீங்களா பார்த்து எத்தனையோ தான தர்மம் செய்றீங்க, அதுசரி. சிவராத்ரி உற்சவம் சிறப்பாச் செய்திங்க, ஊர்ஜனங்களெல்லாம், ‘ஐயாவோட’ தரும குணத்தைப் பாராட்டினாங்க, அது நமக்குச் சந்தோஷம் கொடுக்குது. ஆனா, பணத்தை வாங்க முடியாமெ ஏமாந்துவிட்டுப் போயிட்டாங்கன்னு ஒரு சின்ன சொல்லு கேட்கப் படாதுங்க - அது நமக்குப் பிடிக்கல்லே, சரி அவளை நாயேன்னு வேணாம், பேயேன்ன வேணாம், மிரட்டிக் கேட்கவேணாம், வேறு வகையில் அந்தப்பணம் வந்துசேர வழிசெய்யலா மேல்லோ.”

“வேறே வழி என்ன கண்டுபிடிச்சிருக்கே...”

“சரின்னு சொல்லுங்க எஜமான், அவளை உழைச்சி பணம் சம்பாரிக்க வைச்சிக் கடனைத் திருப்பிக் கட்டுடின்னு கேட்கறேன்...”

“அப்படீன்னா...?”

“அவளை ‘டிராமா’ ஆடச் சொல்றது, அதிலே பணம் வருதில்லே, நம்ம கடனை எடுத்துக்கொள்றது.”

“அவ ‘டிராமா’ நடந்தாத்தானே!”

“நாம நடத்தறது”

* * *

வேலப்பன், ‘டிராமா’ கண்ட்ராக்டரானான் - கடனை வசூலிக்கத்தான். முதல் நாடகத்திலே ஏற்பட்ட நஷ்டத்துக்கு ஈடுகட்ட மூன்று நாடகம் தேவைப்பட்டது. நாலாவது நாடகத்தின் போது, தமயந்தி “ஏதோ உங்களோட தயவு...” என்று கொஞ்சிப் பேசி, தாராசசாங்க நாடகத்திலே அவன் கண்ட அருவருப்பை ஆனந்தமாக்கிவிட்டாள்! செல்லி விடைபெற்றுக் கொண்டாள்; தமயந்தி முத்தையனுக்கு ‘அண்ணி’ ஆகிவிட்டாள்; வியாபாரஸ்தலமே தமயந்தியின் வீடு என்றாகி விட்டது. வேலப்பன், ஒரு காலத்தில் கிராமத்தில் இருந்தவன் என்ற அறிகுறியே மறைந்துவிட்டது எப்போதும் கண் சிவந்து கிடக்கும் நிலை ஏற்பட்டுவிட்டது. தமயந்தி “அவர் வேண்டா மென்று கண்டிப்பாகக் கூறிவிட்டார்:” என்று டிராமா காண்ட்ராக்டர்களுக்குக் கூறி, புதிய அந்தஸ்துக்குச் சென்றுவிட்டாள். ஊர்மக்களிடம் தான் அவள் முன்புபோல, தாராசசாங்கம், சாரங்கதாரா, அல்லி அர்ஜூனா, சந்திரமதி ஆகியவற்றை நடித்துக் காட்டவில்லையே தவிர, வீட்டில், எல்லாம்தான்!!

ஆறு பவுனாம்! என்று கூறி அலட்சியமாகச் செயினைத் தமயந்தியிடம் தருவான், வேலப்பன், ஆறோ, நூறோ உங்கள் அன்-புதான் எனக்குப் பெரிது இந்த நகை யாருக்கு வேண்டும்... என்று நாடகமாடாக்குறையை ஓரளவுக்கு நீக்கிக்

கொள்ளும் முறையில் பேசுவாள். அட, அட, அதென்ன அப்படிப் பார்க்கறே! என்று வேலப்பன் கேட்கவேண்டிய கட்டம் நடக்கும் உஹூம் என்பாள் அடி அம்மா! என்பாள், இப்படி நவரச நாடகம் நடைபெற்றபடி இருக்கும்.

தமயந்தி, நாடக வாய்ப்பும் கிடைக்காமல், நல்ல ஒரு சம்பந்தமும் கிடைக்காமல் திண்டாடியபோது, அவளை ஏறெடுத்துப் பாராமல் இருந்தவர்களும், ஏளனம் பேசியவர் களும், வேலப்பனுடன் அவளுக்குத் தொடர்பு ஏற்பட்ட பிறகு, அவளிடம் 'ஆசை' கொள்ள ஆரம்பித்தார்கள்.

நல்லாத்தான் இருக்காடா! நாற்பது வயசுன்னு நாம நையாண்டி செய்தா போதுமா, நேத்து சாய ரட்சை அவ, நவக்கிரகம் சுத்தறதுக்கு வந்தா கோயிலுக்கு; எப்படி இருக்கிறா தெரியுமா? இருவது இருவத்தைஞ்சி தான் மதிப்புப் போடுவாங்க வயசு - ஐம்பது அறுபதுன்னு கேட்டாலும் ஆகட்டும்னு சொல்லிப் போடுவாங்க, அப்படி இருந்தா - என்று கூறி ரசிக்க ஆரம்பித்தார்கள்.

நாடகக் காண்ட்ராக்டுகள் எடுத்து எடுத்து நொடித்துப் போனவர், பாலு வாத்தியார்; பல ஆயிரக்கணக்கிலே பணத்தை நாடகக் காண்ட்ராக்ட்டிலே பாழாக்கிவிட்ட பிறகு அவருக்குக் கிடைத்த பட்டம் அந்த வாத்தியார் என்பது.

நாட்டிலே கீர்த்தியுடன் உள்ள நடிகர்கள் ஒவ்வொருவரும், பாலு வாத்தியாரால்தான், முதலில் கைதூக்கி விடப்பட்டவர்கள் என்று பெயர் உண்டு. அவர் அந்தப் பழைய சம்பவங்களைக் கதை கதையாகச் சொல்லுவார். தன்னாலே முன்னுக்கு வந்தவன் பிறகு தன்னை மதிக்காமல் நடந்துகொண்டால், உடனே வேறு ஓர் ஆளைத் தயார்செய்து, அவனுக்கு நிறைய விளம்பரம் கொடுத்து, மெடல் கொடுத்து, மாலை கொடுத்து, போட்டிக்குக் கிளப்புவதிலிருந்து மற்றும்

கொட்டகை கிடைக்காமலிருக்கும் போது எப்படித் தந்திரம் செய்து கொட்டகையைப் பெறுவது என்பது வரையிலே அவர் சுவைபட எடுத்துக்கூறுவார். இடையிடையே இருமல் வரும் அதைமட்டும் பொறுத்துக் கொள்ள வேண்டும்.

தமயந்திக்கு வாத்தியாரிடம் மதிப்பு உண்டு.

தமயந்திக்கு, வேலப்பனிடம் தொடர்பு ஏற்பட்டதாலே ஒரு புது 'மவுசு' வந்திருப்பது தெரிந்து, தனக்காக ஒரே ஒரு ஸ்பெஷல் டிராமாவுக்கு மட்டும் தமயந்தி ஒத்துக்கொள்ள வேண்டும் என்று கேட்டுக் கொண்டார்."

"வாத்தியாரே! அதென்ன எனக்கு நீங்க இவ்வளவு சொல்லணுமா? முதமுதலிலே நான் மாதவி வேடம் போட்டனே, அன்னக்கி, என் காலுக்கு உங்க கையாலேதானே 'சதங்கை' கட்டி ஆசீர்வாதம் செய்திங்க. அதை எல்லாம் நான் எப்படி மறந்துடுவேன்.

"செய்த நன்றியை மறக்காதவர்களைத்தான் மனஷாள்னே சொல்லியிருக்கு தமயந்தி. உனக்கும் தெரியுமே. ஓரடி வீராசாமி பாடுவானே ஒரு பாட்டு கவனமில்லே, தோடியிலே,

"நன்றி செய்தாரை
என்றும் மறவாதே
நாயினும் கேடுகெட்டு
நாசமாகாதேன்னு..."

"ஆமாம். ரொம்ப நல்லாப் பாடுமே வீராசாமி இப்ப எங்கே பேரே காணோம்?"

“எப்படிப் பேர் நிலைக்கும். பாட்டுத்தான், செய்த நன்றியை மறக்காதேன்னு, செய்கை அப்படி இல்லையே. அதனாலே ஆசாமி ரொம்ப ‘டல்’லாயிட்டான் இப்பத்தான் மறுபடியும் புத்தி வந்து, காலிலே வந்து விழுந்தான், செய்ததை மறந்துடுங்கண்ணா, இப்ப நான் உன்னை ஒரு ஸ்பெஷலுக்கு வற்புறுத்தி கூப்பிடுவதற்கு இதுவும் ஒரு காரணம். அந்தப் பயதான் ராஜபார்ட், தெரியுதா அவனை ஒரு மடக்கு மடக்கோணும் - ஆசாமி, அசந்து நிற்கணும்... அப்படிக் கனஜோரா இருக்கணும்...”

“உங்க ஆசீர்வாதம், ஆனா அவன் ‘தோடி’ பாடி ஜனங்களை ஏமாத்திப்போடுவான்...”

“அட, நீ, மோகனத்திலே பிடி... பய, சுருண்டு கீழே விழறான் பாரு... உனக்கு இந்த இரகசியம் தெரிஞ்சி இருக்கட்டும் - பயலுக்கு இப்ப குளறுவாயாயிட்டுது - ள வெல்லாம் ல தான்... ழாவே நுழையாது...”

“எனக்கு எப்பவுமே பயம் கிடையாதே. அப்பேர்ப்பட்ட ஆர்ப்பாட்ட ராஜபார்ட் அய்யாகுட்டியோட தூக்குத் தூக்கி போட்டு யாராலும் சமாளிக்கவே முடியாதுன்னு சொன்னாங்களே, கவனமிருக்கா வதந்தி யாரோ காட்பாடியிலே சுருளிமலை மேலே உருளும் இருளனவன்... என்கிற பாட்டுப் பாடி, ‘கள்ள பார்ட் செய்தனே...”

“பய, மூஞ்சி செத்துப் போச்சே”

“அதனாலே, எனக்கு இந்த ஓரடி, ஒன்பதடி எல்லாம் பத்திக் கவலையில்லே... இது இருக்கே, என்னோட வீட்டுக்காரு, உசிரு என்மேலே. அது வந்ததிலிருந்து நான் அய்யனார் சாட்சியா, மனசாலேகூடத் தப்பா நடந்ததில்லே. அது, டிராமாவுக்குக்கூடப் போகப்படாது - தலை இறக்கமா

இருக்குதுன்னு, ஒரே பிடிவாதம் பிடிக்குது. அதைமட்டும் சரிப்படுத்தி விட்டாப் போதும், ஒரு நாலு நாளைக்குச் சாதகம், மூணுநாள் ஒத்திகை இருந்தாப் போதும்...''
கொளுத்திப்பிடலாம் போ''

* * *

சரிப்படுத்த முடியவில்லை! ஸ்பெஷல் நடக்கவில்லை வாத்தியார் விரோதியானார்; போலீஸ் 'துப்பு' கிடைக்கப் பெற்று சுறுசுறுப்பாயிற்று. வேலப்பனுக்கு ஒரு வருடம்; தமயந்திக்கு ஆயிரம் ரூபாய் அபராதம்!! வாத்தியார் பழி தீர்த்துக் கொண்டார்.

''தீந்தது வாணவேடிக்கை'' என்று கேலி பேசினர் ஜதைகள். திக்காலொருவராக ஓடினர் எடுபிடிகள். அவனவனிடம் அகப்பட்டதை அவனவன் சுருட்டிக் கொண்டான். கிராமத்திலே செய்தி பரவி, செல்லாளைச் செந்தேளாய்க் கொட்டிற்று - மற்றவர்களும் வருந்தினார்கள்.

சிறையிலே வேலப்பன், வெளியே சென்றபிறகு, மீண்டும் எப்படி வாழ்க்கையைத் துவக்குவது, என்பது பற்றியே எண்ணம் மனம் இடம் தரவில்லை என்றால் அவன், செல்லியைத் திருமணம் செய்து கொள்வதுபற்றி எண்ணத்தான் முடியுமா!

செல்லியின் உலகத்திலிருந்து வேறு உலகம் வந்தாகி விட்டது - சேற்றிலே விழுந்து விட்டாலும் பரவாயில்லை, மணியை எடுத்துக் கழுவிச் சுத்தமாக்கி விடலாம், மலக்குழியில் வீழ்ந்துவிட்டால்!! வேலப்பன் மலக்குழியில் வீழ்ந்துவிட்டவனாக மட்டும் தன்னை எண்ணிக் கொள்ளவில்லை, தானே மலமாகி விட்டதாகக் கூறிக்கொண்டான். எல்லா நல்லவற்றையும் பெற்றிருந்தேன்,

இப்போது, எல்லாக் குப்பைக் கூளமும் சேறு சகதியும் நிரம்பிய நாற்றப்பாண்டமாகி விட்டேன். செல்லியின் உலகம் வேறு - என்ற தீர்மானமான முடிவுக்கு, 'ஒரு வருஷம் கடுங்காவல் தண்டனை' என்ற தீர்ப்புக் கிடைத்த அன்றே வந்து விட்டான்.

செல்லிக்கு, 'பைத்தியம்' பிடிக்கவில்லை - அதுதான் ஆச்சரியம். அவளுடைய மனதுக்கு இந்தச் சேதி எவ்வளவு பெரிய பேரிடி என்பதை அந்தக் கிராமம் அறியும் வேலப்பன் வேகமாகக் கெட்டு வருகிறான் என்ற செய்தி, கிடைத்த ஒவ்வோர் தடவையும், செல்லி செத்துச் செத்துப் பிழைத்து வந்தாள் - ஒரு வருடம் கடுங்காவல் என்று கேள்விப்பட்டபோது, அவளால் எதையும் சாகடிக்க முடியவில்லை - ஏற்கெனவே எல்லாம் செத்துக்கிடந்த நிலை.

சடையாண்டியும், செல்லியின் திருமணம் என்பது, இனிச் செய்து தீரவேண்டிய ஒரு கடமை, சடங்கு, ஊர் உலகத்துக்காகச் செய்தாக வேண்டிய ஏற்பாடு என்றுதான் கருத முடிந்தது. காய்ச்சல் வந்தவனுக்குத் தெரியும், வாய்க்கசப்பு இருப்பதும், எதைச் சாப்பிட்டாலும், பிடிக்காது என்பதும், என்றாலும், கஞ்சி குடித்துத் தீரவேண்டி இருக்கிறதல்லவா! செல்லிக்கும் ஒரு கலியாணம் செய்துதானே ஆகவேண்டும் என்று சடையாண்டி எண்ணியது, அதேமுறை முறையிலேதான். அவனுக்கா? எனக்கு இஷ்டமில்லை.

எனக்கு அவன் ஏற்றவனல்ல; அவனோடு என்னாலே குடித்தனம் செய்ய முடியாது. - என்று கூறி, பெற்றோரை எதிர்த்துப் போராடியாவது, தன் மனதுக்கு இசைந்தவனை, தன்னை உண்மையாகக் காதலிப்பவனைத் திருமணம் செய்து கொண்டாக வேண்டும் என்று கூறும் நிலையில் செல்லி இல்லை.

எனக்கு அவர்தான் வேண்டும் - என்று வேலப்பன் இருந்தால்தானே போரிட! வேலப்பன் எங்கே இருக்கிறான்? சிறையிலிருந்தாலும் பரவாயில்லை, ஏதோ காலக்கோளாறு - கயவர் சூது - ஆத்திரத்தால் அறிவு இழந்த நிலை - இப்படி ஏதேனும் ஒரு சமாதானம் செய்துகொள்ள முடியும் - அவன்தான் வேண்டும் என்று வாதாட முடியும். வேலப்பன் சிறையில் இருப்பவன் மட்டுமல்ல - எல்லா நற்குணங்களும் சிதைந்துபோய் உள்ள நிலையில் அல்லவா இருக்கிறான்; சாரு போய்விட்டது, சக்கை தானே மிச்சம்!!

தன்னை மணம் செய்துகொண்டு, 'வாழ்வு' நடத்த முடியாத அளவுக்கு, நற்குணங்கள் யாவற்றினையும், நல்ல நினைப்பினைக்கூட நாசமாக்கிக் கொண்டுவிட்டவன், வேலப்பன். எனவே, இனி அவனை எதிர்பார்ப்பதும் வீண் - அவனுக்காக ஏங்கித் தவிப்பதும் அவசியமற்ற செயல்! உள்ளத்தில் புகுந்து எதிர்காலம் பற்றி ஏதேதோ இன்பக் கனவுகளைக் கூறி நம்பிக்கை தந்துவந்த வேலப்பன், திரும்பி வரவே போவதில்லை. ஏமாற்றம், திகைப்பு, துடிப்பு, வறுமை, ஏக்கம், பேராசை, சூது, மோசடி, காமக்களி

யாட்டம், எனும் பல காட்டுமிருகங்கள் அவனைத் தாக்கித் தாக்கி, பிய்த்துக் கடித்து மென்று தின்று, தீமே குப்பிவிட்டன. இனி அவன் யாருக்கும் பலன் இல்லை - அவன் இனி அவனாகவே இருக்க முடியாது!!

செல்லி, இனி எதற்காகவும் எதிர்பார்த்தும் காத்துக் கொண்டுமிருக்க வேண்டியதில்லை எது கிடைத்தாலும் சரி - மூன்றாம் தாரம், நாலாம் தாரமாக இருந்தாலும் சரி - மூட்டை சுமக்கும் கூலிக்காரனுக்கு மனைவியாக வேண்டியதானாலும் சரி, தயாராகி விட்டாள். சமூகம் ஆண் - பெண் கூட்டுறவு ஒரு குறிப்பிட்ட ஏற்பாட்டிலே இருக்கவேண்டும் என்று கட்டளையிடுகிறது, அதை மீறுவானேன் என்ற எண்ணத்தால், திருமணம் செய்துகொள்ள வேண்டியதுதான் என்ற முடிவுக்கு வந்தாள் செல்லி.

கண்ணைத் திறக்கிறா, கலம் தண்ணி விடுகிறா! அவன் வானத்தைப் பார்க்கிறான், வாயிலும் வயிற்றிலும் அடித்துக் கொள்ளுகிறான். அந்தக் குடும்பம் படுகிறபாடு, கல்நெஞ்சக் காரனையும் கதறவைத்து விடும்டாப்பா - என்று கிராமத்தார் பேசிக் கொண்டனர்.

* * *

ஓவிய நிபுணர் வடிவேலன், வழக்கப்படி பல கிராமியக் காட்சிகளைத் தீட்டிவந்ததுபோலவே, அங்கும் வந்தான் - ஒரு மரத்தடியில், உட்கார்ந்து கொண்டு, சற்றுத் தொலைவிலே ஆடுகள் மேய்ந்து கொண்டு இருப்பதை ஒப்புக்கு அவ்வப் போது கவனித்துக் கொண்டிருந்த செல்லியைக் கண்டான், அவனுடைய கருத்து மலர்ந்தது, கவர்ச்சிகரமான கிராமியச் சூழ்நிலையில், கட்டழகு வாய்ந்த அந்தக் குமாரி, கவலை தோய்ந்த முகத்துடன் உட்கார்ந்து கொண்டிருந்த காட்சி, முதல்தரமகாக அமைந்திருந்தது. உடனே எடுத்தான் திரையையும் தீட்டுக் கோலையும், ஓவியம் உருவெடுத்தது. ஓவியக் காரனுக்காகவே உட்கார்ந்திருப்பதுபோலச் செல்லியின் நிலைமை இருந்தது; அதைச் சாதகமாக்கிகொண்டு, வேகமாக மேல்வாரியான படம் தீட்டிவிட்டான்; இனி அதற்கு உயிரூட்டும் வகையில் வேலை செய்ய வேண்டும்.

இரவு பகலென்று பாராமல், வேலை செய்தான் - ஓவியம் மிக அருமையாக அமைந்துவிட்டது. நண்பர்கள் திறமையைப் பாராட்டினர்; அவனோ, உண்மை உருவத்தை எண்ணிப் பூரித்துக்கொண்டிருந்தான்.

மேகங்கள் அலைவதுகூட அப்படியே தெரிகிறது பார், என்று ஓவியத்தைச் சுட்டிக் காட்டிப் பேசுவர் நிபுணர்கள்.

அவனோ, அந்தக் கண்களிலே கப்பிக்கொண்டிருக்கும் துக்கத்துக்குக் காரணம் என்ன என்று ஆராய்ந்து கொண்டிருந் தான் - கவலையுடன்.

அட, இந்த ஆட்டுக் குட்டி, கிராமத்திலே நல்ல மேய்ச்சல் கிடைப்பதால் எவ்வளவு கொழுகொழு என்று இருக்கிறது பார், என்று பாராட்டிவிட்டு, இதோ இந்தக் குட்டிக்கு மட்டுமென்ன, வெயில் என்றும் மழை என்றும் பாராமல், கால் கடுக்குமே கைவலிக்குமே என்று கவலைப்படாமல், ஓடி ஆடிப்பாடு பலபடுவதாலே, உடற்கட்டு வளமாக இருக்கிறது - இளமையும் எழிலும் சேர்ந்தஉடன், சிற்பி செதுக்கிய செப்புச்சிலை போலத் தெரிகிறது. என்று மற்றவர்கள் புகழும்போது, ஓவியனுக்கு, ஓவியத்தின் பிடியிலும் அகப்படாதிருந்த கவர்ச்சி கண்முன் தோன்றிற்று. எல்லோரும் ஓவியத்தைப் பார்த்து இவன் திறமையைப் பாராட்டிக்கொண்டிருந்தனர், அவனோ அவளையே எண்ணிக் கொண்டிருந்தான்.

கிராமங்கள் பலவற்றுக்குச் சென்று அவன் தன் கருத்திலே மகிழ்வூட்டிய எத்தனையோ காட்சிகளைக் கொண்டு வந்திருக் கிறான் - பச்சைக்கிளிகள் பறந்து செல்லும் காட்சி, பால் சுவைக்கும் கன்றினை அன்புடன் தாய்ப்பசு நாவினால் தடவிக் கொடுத்திடும் காட்சி, உழவுத் தொழிலிலே உள்ள பல்வேறு வகையான காட்சிகள் கிராமியப் பெண்களின் குறும்புப் பார்வை, உழவனின் உடற்கட்டு, வெள்ளை உள்ளம் கொண்டவன், புதுமைப் பொருளை விறைத்து விறைத்துப் பார்ப்பது, ஆகிய பல காட்சிகள் அவனிடம் சிக்கி, ஓவியமாயின - ஆனால், இந்தக் கட்டழகி - திரையில் மட்டும் தீட்டி வைக்கப்பட வேண்டியவளல்ல, உள்ளத்திலே தங்கிவிடவேண்டியவள் என்று வடிவேலன் தீர்மானித்தான்.

வடிவேலன் வசதியான குடும்பத்தின் - வயதான தாயாருடன், தன் பூர்வீகச் சொத்தைப் பாழக்கிக் கொள்ளாமல்

ஆடம்பரமின்றி வாழ்ந்து வந்தான். ஓவியத்திலே அவனுக்கு நிரம்ப ஆர்வம்; அதற்காக அவன் கிராமியக் காட்சிகளில் மனம் செலுத்தத் தொடங்கி, கிராமத்தினிடமே கவர்ச்சி பெற்றபோது கிராமக் கட்டழகியிடம் மனத்தைப் பறிகொடுத்தான்.

வடிவேலனுடைய தாயாருக்கு, தன் மகன் ஒரு நாகரிக நாரிமணியை மணம் செய்துகொண்டு, பார்ப்பவர்கள் பாராட்டத்தக்க விதமாக வாழவேண்டும் என்றுதான் விரும்பினார்கள். அதற்கான முயற்சிகள் பலதடவை செய்தார்கள் - எல்லாம் ஏமாற்றத்திலே தான் முடிந்தது - காரணம், அந்த அம்மையார் மீது நெடுங்காலத்து முன்னாலே ஏற்றி வைக்கப்பட்ட கதைதான். எனவே, வடிவேலன், கிராமத்துக் கட்டழகியைப் பெற விரும்புகிறான் என்று தெரிந்து-, முதலிலே, இதுதானா என் மகனுக்கு என்று வருத்தப் பட்டபோதிலும், ஏதோ, இதுவாவது மங்களகரமாக முடியட்டும் என்று எண்ணிக்கொண்டார்கள்; பெண் பார்த்து வரவும், ஏற்பாடுகள் செய்யவும் தானே கிளம்பினார்கள்.

இவ்வளவு வேதனையை அனுபவிக்கிறாள், பாவம்' இந்த இடம் பளிச்சென்று இருக்கிறது, பளபளப்பாகவும் இருக்கிறது, பணம் படைத்தவனாகவும் இருக்கிறான். கிழவனல்ல, அழகாகவும் இருக்கிறான், என்றாலும் பட்டணத்துப் படாடோபம் இல்லை, இந்த இடத்தில் வாழ்க்கைப்பட்டு சீமாட்டிபோல வாழ்ந்தாலாவது, செல்லி இழந்துவிட்ட சந்தோஷம் ஓரளவுக்குத் திரும்பி வரக்கூடும் என்ற எண்ணத்திலே, சடையாண்டி, திருமணத்துக்குச் சம்மதமளித்தான்.

ஊரார் பார்த்துப் பரிதாபப்பட வேண்டிய நிலைமையில் அப்பா நம்மாலே ஆக்கப்பட்டுவிட்டார், என் கதி என்ன ஆகுமோ என்ற ஏக்கமே அவளை வாட்டி வதைக்கிறது, பெரிய இடத்திலே நான் வாழ்க்கைப் படுவதைக்

கண்டபிறகாவது அவருடைய மனதுக்கு ஒரு சந்தோஷமும், பெருமையும் கிடைக்கட்டும், என் மருமகன் சாமான்யமானவனல்ல, இந்தக் கிராமத்தையே விலைக்கு வாங்கிவிடக்கூடிய அளவு பணம் இருக்கு, படித்திருக்கிறான், நல்ல மனம், பட்டணத்திலே அவனுக்குக் கோட்டைபோல வீடு இருக்கு, மோட்டார் கார் இருக்கு, இப்படிப்படட் இடம் கிடைச்சிருக்கு என் மகளுக்கு! அவளோட அழகுக்கும் குணத்துக்கும் இப்படிப்பட்ட அருமையான இடம்தான் வந்து வாய்க்கும். பாடுபட்டு வாயைக் கட்டி வயிற்றைக் கட்டி என் மகளை நல்லபடியாக வளர்த்தேன் - அவ தங்கக்கட்டி குணத்திலே! அவளுக்கு இப்படிப்பட்ட இடம் தான் கிடைக்கும்!! என்று பேசிப்பேசி ஆனந்தப்படுவார், பல காலமாக மனத்தை அரித்துக் கொண்டிருந்த துக்கம் தொலையும், கடைசி காலத்திலே கண்களிலே களிப்பு இருக்கும் என்று எண்ணித்தான் செல்லி, திருமணத்துக்கு, ஆர்வத்துடன் சம்மதமளித்தாள்.

பகுதி: 4

செல்லி! செல்லி! செல்லி! என்று பலவகையான, ஆனால் அன்புச் சுருதி குறையாமல், ஓயாமல் கூப்பிடுவான் வடிவேலன். திருமணத்துக்குப் பிறகு, முன்னாலே அவன் கண்டதைவிட அதிகக் கவர்ச்சி அவளிடம் இருப்பதைக் கண்டான், களிப்புற்றான்.

அவன், எத்தனையோ முறை, தன் நண்பர்களிடம் வாதாடி இருக்கிறான், கிராமத்திலே இருக்கிற கவர்ச்சி இங்கே, நகரத்திலே கிடையாது, செடி கொடியிலே இருந்து, மாடு கன்றும் சரி, மக்களும் சரி, அங்கே நான் ஒரு விதமான இயற்கை எழிலுடனும் வளத்துடனும் இருக்க முடிகிறது, 'டவுனில்' எல்லாம் பூச்சுத்தான், எதிலும் இயற்கை எழில் தங்கி இருப்பதில்லை. பாரேன், வேடிக்கையை, தோட்டத்தில் மலர்ச் செடி வைத்து அழகைக் காணவேண்டும் என்று இல்லாமல், வீட்டின் கூடத்தில், மேடையின் பேரில் கண்ணாடிப் பாத்திரத்தில், காகிதப் பூங்கொத்தைச் செருகி வைத்து அழகுபார்க்கிற ரசிகர்கள் தானே நாமெல்லாம், நகரத்தில். அங்கே போய்ப் பாரடா, மலர்க் குவியலை. பச்சைப்பட்டின்மீது நவரத்தினங்களைத் தூவி இருப்பது போலிருக்கும்! மலர் தூவுவார்கள், ராஜ குமாரிகள் நடந்துசெல்லும் பாதையில் என்று கதைபடிக்கிறோம், கிராமத்துப் பெண்களுக்கு, மலர்ப்பாதை தானாகவே அமைந்திருக்கிறது. அழகுக்கேற்ற ஆற்றல் கிராமத்துப் பெண்களிடம் இருக்கிறது; இங்கே, ஏழெட்டுக் கடைக்காரர் தயவு கிடைத்தால்தானே, ஓர் எழில் மங்கையைக் காணமுடியும். தையற்காரர்களின் தயவு இல்லாமல், பாதிப் பெண்கள், உருவாகவே தெரிய முடியாதே! பவுடர்காரன், எவ்வளவு 'அகோரங்களை' 'அனுமதிக்கத்தக்கதுகள்' ஆக்கிவிடு கிறான்!! இப்படித்தான் இங்கே அழகிகள் தயாரிக்கப்படுகிறார்கள். அங்கு அப்பழுக்கற்ற அழகு தானாக

மலர்ந்துவிடுகிறது - காலையிலே நீராகாரம், நடுப்பகல் உணவு, இரவு, காலையிலே இருந்ததில் கொஞ்சம் - இடையிடையே மாம்பிஞ்சோ புளியம்பழமோ, பச்சரிசி மாங்காயோ பழுக்காத கொய்யாவோ, எதுவும் இல்லையானால் கதிரைக் கசக்கிப் புடைத்தெடுத்து, பால்ததும்பும் மணியோ, எதையோ ஒன்று வாயில் போட்டுக் குதப்பிக்கொண்டு, குதூகலமாகத்தான் இருக்கிறார்கள். அவர்களின் குதூகலப் பேச்சும் குறும்பான ஆடல் பாடலும், கண்டால்தானே தெரியும். இங்கே நாட்டிய ராணிகள் தங்களுக்குத் தெரிந்த தளுக்கு, குலுக்கு மினுக்கு, வெட்டு, எல்லாவற்றையும் காட்டிப் பார்க்கிறார்கள், பாம்பாக நெளிகிறார்கள், பச்சை மயில் போல ஆடுகிறார்கள்-, என்ன செய்தாலும், கவர்ச்சி கனியாது என்பதைத் தெரிந்துகொண்டு, இப்போது, கிராமிய நடனம் ஆடுகிறார்கள், பார்த்தாயா! நாடோடிப் பாடல் - கிராமிய நடனம் என்பதன்மீது இன்று அக்கறை சென்றதற்குக் காரணம், நகரத்து நாட்டியத்தையும், பட்டணத்து பாணி உள்ள பாட்டையும் மட்டும் கொண்டு நகரமக்களே, திருப்தி சொள்ளவில்லை என்பது புரிந்துவிட்டது; ஆகவேதான், கிராமிய மகிமையைக் காட்டுகிறார்கள்! எந்தக் கிராமத்திலாவது, நகரத்து நாட்டியம், பட்டணத்துப் பாட்டு நடைபெறுகிறதா? இல்லையல்லவா? - என்று ஆர்வம் பொங்கப் பொங்கப் பேசுவான்.

“ஏண்டா வடிவேலா பொதிபொதியாகக் கொட்டிக்காட்டணும் -சுருக்கமாகச் சொல்லவேணும்னா கிராமத்துக் கட்டழகியைக் கலியாணம் செய்துக்கொள்ளவும் நான் தயார்னு சொல்லேன்” என்று நண்பர்கள் கேலி பேசுவர்.

தயார்...! என்று தயா விஷயமாகப் பேசுவானேன். கிராமத்துப் பெண்ணைத்தான் கலியாணம் செய்து கொள்ளப் போகிறேன் இது உறுதி!” என்று திட்டவட்டமாகச் கூறிவந்தான்.

“சொன்னபடியே செய்தே காட்டிவிட்டானே! செல்லி அழகான பெண்தான், ஆனா அசல் பட்டிக்காடு! முகத்திலேயே அந்த முத்திரை விழுந்திருக்கு” என்று கலியாணத்துக்குப் பிறகு கூறினர். பெருமையுடன் தன் நண்பர்களிடம், “டேய்! பார்த்தாயா, சொன்னபடி நடத்திக் காட்டினேன்” என்று பேசுவான்; “என்னமோடப்பா, நீ சந்தோஷமாக இருந்தாப் போதும்” என்று கூறினர்.

செல்லியைப் பொறுத்தமட்டில், பணிவிடை செய்வதன் மூலம் வடிவேலனை மகிழ்விக்க வேண்டும் என்பதிலே அக்கறையே இருந்தது, வேலப்பனிடம் கொண்டிருந்த ‘பிரேமை’ இனி மீண்டும் எழாது வேறோர் திசையில் செல்லாது - ஆனால் வடிவேலனிடம் நல்ல மதிப்பு இருந்தது - சிலவேளை களிலே பரிதாபமாகக்கூட இருந்தது. நாமோ பட்டிக்காடு இவரோ படித்தவர் பட்டணத்துக்காரர் - பணக்காரர் - இவர் ஏன், இந்தப் பட்டணத்திலே எத்தனையோ பேர் ராணிபோல் இருந்தும், என்னைத் தேடிக் கண்டுபிடித்தவர்களின் நடை உடை பாவனையிலே உள்ள நாகரீகத்துக்கும், என் போக்குக்கும் ஏணி வைத்தாலும் எட்டாதே. எதைத் தொட்டாலும், சோப்புப் போட்டு கை கழுவி, உடனே ஈரம் போகத் துணியால் துடைத்துக் கொள்ளுவேன், பிறகு முந்தானையில் துடைத்துக் கொள்ளுவேன் - நான் இங்கே, இவருக்கு வந்து வாய்ப்பது என்றால், எனக்கு என்ன சொல்வது என்றே புரியவில்லை. களத்து மேட்டுக்கு ஓடுவதும், முழங்காலளவு சேற்றிலே இறங்கி நடப்பதும், மரத்தில் ஏறிக் காய் பறிப்பதும், மடுவில் நீந்திக் குளிப்பதுமாக இருந்து வந்த என்னை, இங்கே, காலிலே ஜாண் உயரத்தில் பூட்சும், கையிலே ஓர் அலங்காரப் பையும் கண்ணுக்குத் தங்கக் கம்பி போட்ட கண்ணாடியும் போட்டுக்கொண்டு, முக்கால் சிரிப்பும் கால் பேச்சும் கலந்தளித்துவரும் நாகரிகப் பெண்களின் நடுவில் கொண்டுவந்து ஏன் நிறுத்தினார் என்றே தெரியவில்லை. அவர் மேஜைமீது அடுக்கடுக்காகப் புத்தகங்கள் - ஒருவரியும் எனக்குப் புரியாது... ஆனால் என்னிடம் அவர் காட்டும்

அன்பைக் கண்டாலோ அவருடைய காலைத் தொட்டுக் கும்பிடவேண்டும் போலத் தோன்றுகிறது. கதை ஒன்று கேட்டிருக்கிறேன் சின்ன வயசில், வேண்டுமென்றே ஒரு ராசா தன் நாட்டிலே இருந்த பிச்சைக்காரனுக்கு ஒருநாள் ராஜா வேலைகொடுத்து, அதை அவன் எப்படி எப்படி உபயோகப்படுத்துகிறான் என்று வேடிக்கைப் பார்த்தானாம் - அதுபோல இது ஒரு வேடிக்கையோ என்னவோ என்று எண்ணிக்கொண்டு, அதற்கு ஏற்றபடியே நடந்துகொண்டு வந்தாள்.

* * *

கிராமத்துக் கட்டழகியின் கவர்ச்சி, நகரத்துச் சூழ்நிலையில் மெல்ல மெல்லத் தானாகவே மாறிக் கொண்டு வரலாயிற்று; ஒருவரும் கவனிக்கக்கூட முடியவில்லை. பசுமைக்குப் பக்கத்திலே இந்த 'இளமை' உலாவிக் கொண்டிருந்த காட்சிக்கும் பங்காளவில், ஆள் நடமாட்டம் இல்லாமல், அந்தஸ்தைக் காட்டும் பொருள்களுக்கு மத்தியில் செல்லி இருந்த காட்சிக்கும் வித்தியாசம் காணப்பட்டது அதைக் கவனித்தறிய வடிவேலனால் முதலிலே முடியாமற் போனற்குக் காரணம், அவன் அவளிடம் சொக்கிக் கிடந்ததுதான்! மடுவிலே இறங்கி, மகிழ்ச்சியுடன் நீந்தி விளையாடுவாள், கிராமத்தில், வேறு பெண்களும் குளிக்க வருவார்கள் - விளையாட்டுப் பலமாகிவிடும், தண்ணீரை வாரி இறைத்துக் கொள்வார்கள். யார் முதலிலே வெளியே தலையைத் தூக்குகிறார்களோ அவர்களுக்கு மூன்று குட்டு தலையிலே என்று பந்தயம் கட்டிக்கொண்டு, தண்ணீருக்குள் மூழ்கிக் கிடப்பார்கள் - உலர்ந்ததும் உலராததுமாகவே கூந்தலைக் கோதி முடிந்து கொள்வார்கள்- இவைகளாலே அவர்களிடம் உள்ளத்திலே ஒரு சுறுசுறுப்பும், உடலிலே ஒரு மினுமினுப்பும் ஏற்பட்டது - எழிலூட்டிற்று. இங்கே, வெந்நீர்! விதவிதமான சோப்புக் கட்டிகள்! பேசாமல் சிரிக்காமல், குளித்துவிட்டு, வர வேண்டும். குளிப்பது கிராமத்திலே, விளையாட்டிலே ஒன்று. இங்கு, கடமைகளில் ஒன்று!

கிராமத்திலே, கண்களுக்கு விருந்தளிக்கப் பல காட்சிகள் - கிளி பழத்தைக் கொத்தித் தின்னும், காடை கௌதாரி கீழே சிதறிக் கிடக்கும் மணிகளைப் பொறுக்கித் தின்னும், வயலோரத்து நீரோடையில் வாத்துகள், பல இடங்களிலே மரம்குத்திப் பறவைகள், மடுவிலே விதவிதமான மீன்கள், பட்டுப்பூச்சிகள் எங்குப் பார்த்தாலும் வண்ணத்தை அள்ளித் தெறித்ததுபோல, ஆட்டுக் குட்டிகள் துள்ளுவதும், கயிறு அறுத்துக் கொண்டு ஓடிவரும் காளையைப் பிடிக்க உழவர்கள் கூச்சலிடுவதும், பெண்கள் பயந்து ஒதுங்குவதும், இப்படிப் பல காட்சிகள் கண்டு, அதனாலே உள்ளத்திற்கு உற்சாகம் கிடைத்தபடி இருந்தது. முயற்சி - வெற்றி - இந்த இரு கட்டங்கள் தானே, மனித உள்ளத்திற்கு எழிலும் உரமும் தருவன; அந்த நிலை, கிராமத்திலே விநாடிக்கு விநாடி ஏற்பட்டு வந்தது. ஒவ்வொரு காரியமும் வெற்றி அளிக்கும்போது களிப்பூட்டும். இங்குக் கடிகாரத்தின் முட்கள், பிறருக்காக, ஒழுங்காக வேலைசெய்து கொண்டிருப்பது போல, வாழ்க்கை அமைந்திருந்தது. கடிகாரம் மணி அடிப்பதுபோல, இங்குச் சில நேரம் பேச்சு - சிரிப்பு - மற்ற நேரத்தில், ஒழுங்கான, நிதானமான, அளவிடப்பட்ட ஓட்டம்!! செல்லியின் வாழ்க்கை இதுபோல இருந்ததில்லையே. அவளுக்கு ஆச்சரியமாகவே இருந்தது எண்ணிப் பார்க்கும் போது, அவள் காதிலே அவள் குதூகலமான குரலொலிபட்டு, நாட்கள் பலவாகிவிட்டன. கிராமத்திலே, ஒருநாளைக்கு நூறு தடவை, அவள் கூவுவாள் பெரியப்பா! அண்ணேன்! பாட்டி! அப்போய்! அட, உன்னைத்தான்! கூனுக்கிழவா! கொண்டைக்காரி! சண்டைக்காரி - இப்படி ஒவ்வொருவருக்கு ஒரு பெயரிட்டு, உரத்த குரலில் கூப்பிடுவாள், ஓடிச்சென்று சிலரைத் தடுத்து நிறுத்துவாள், சிலர் கரத்தைப் பிடித்திழுத்து விளையாடுவாள் - எல்லாம் பழங்கதை யாகிவிட்டது. உரத்த குரலில் பேச வேண்டி அவசியமே ஏற்படவில்லை. எப்போதும் கண்பார்வையில் பட்டபடி இருக்கிறாள் வேலைக்காரி! மாமி, எதிரிலேயே சோபாவில் உட்கார்ந்து கொண்டு 'பாரதம்' படிக்கிறார். அவரோ, வந்ததும் ஓவியம் எழுதுகிறார் - அது முடிந்ததும், எப்படிக் கண்ணழகு?

உன்னோடு போட்டி போடுதா உனக்கும் இவளுக்கும் போட்டி, யார் ஜெயிப்பீர்கள்? என்று, கொஞ்சுவார்! வேறே பேசவேண்டிய நிலைமையே வருவதில்லை. வாயடைத்துக் கொண்டல்லவா இருந்திருக்கிறோம் இவ்வளவு நாட்களாக, என்று எண்ணி, தனக்குத்தானே ஆச்சரியப்பட்டாள்.

பெரிய இடத்துக்கு வாழ்க்கைப்பட வந்தவள் என்பதாலே, செல்லியிடம், உபசாரம் பேச, நாகரிகப் பெண்கள் வருவதுண்டு.

'வாங்க...' என்று மரியாதையாகத்தான் அழைப்பாள், ஆனால் மறுகணமே, அவர்களுக்கும் நமக்கும் ஒட்டிவராது என்று பயம் தோன்றும் - மாமியுடன் பேசிவிட்டுப் போகட்டும் என்று இருந்து விடுவாள், இவளுக்கென்ன இவ்வளவு கர்வம் என்று எண்ணிக் கொள்வார்களோ என்ற பயத்தால் சில நாட்களில் வந்த பெண்களுடன் பேசுவாள்; அவர்கள் கேலி செய்யும் விதமாக இருக்கும், அவளுடைய கேள்வி பதில் இரண்டுமே!!

பட்டிக்காடுன்னாலும், சுத்தமாகச் சுட்டெடுத்தது - என்றாள், ஒருத்தி - வேகமாக நடந்தால், காற்று அடித்துக் கொண்டு போய்விடத்தக்க ஒத்தை நாடிக்காரி! அவளுடயை மனத்தில், தானோர் பூங்கொடி என்று எண்ணம் - கொடிபோல உடல் இருந்தது! பூபோல எதுவும் கிடையாது.

"நம்மோடு பேசுவதற்கே இவள் இவ்வளவு திண்டாடு கிறாளே, வடிவேலன் ஒரே கலை விஷயமாகப் பேசுவானே, என்ன பேசுவாள் இவள்" என்று கேட்பாள் ஒரு குறும்புக்காரி, மற்றொருத்தி, "போடி பேசுவது மட்டும்தான், புருஷன் பெண் ஜாதிகளுக்குள் இருக்கும் வேலை. பேசத்தெரியாவிட்டால் என்னவாம்!!" என்று வேறோர் வம்புக்காரி பேசுவாள்.

“நாட்டுக்கட்டை என்று கேலியாகச் சொல்லுவா, எனக்கு அதனுடைய பொருள் முன்னாலே தெரியறதில்லே, இப்ப, இவளைப் பார்த்தபிறகு, புரிஞ்சுது...” என்பாள் அவலட்சணத்தை மறைக்க நாளெல்லாம் பல வகையால் பாடு பட்டுக்கொண்டு வந்த ஒரு நோஞ்சான்.

கண் இருக்கு காது வரையிலே! ஆனா, மிரளமிரள அல்லவா விழிக்கிறாள்!

புருவத்திலே பார்த்தயாடி, எவ்வளவு கத்தை கத்தையா இருக்கு மயிர் - ஆனா, அதை ஒழுங்காக மை தடவி, வைத்திருக்கத் தெரியலையே...

அதிக உயரமில்லே, ஒட்டகைச்சிவிங்கி மாதிரி! குள்ளவாத்து மாதிரியுமில்லே, சரியான அமைப்புத் தான் இருக்கு, அனா, அந்த உடற்கட்டுக்குத் தகுந்த உடை உடுத்தத் தெரியறதோ! காளி சிலைக்கு போர்த்திவைத்திருக்கறதுபோல, சேலையைச் சுத்திண்டு கிடக்கறா - பார்க்கச் சகிக்கல்லே... ...

கூல்டிரிங் கேட்டுட்டு, தான் படாதபாடு பட்டேனே ஒருநாள் - பத்துத்தடவை, புரியறது மாதிரியா - பிறகு கொண்டு வந்து கொடுத்தா. ஓர் இழவும் புரியல்லேகிளப்புக்குப் போவமான்னு நான் ஒரு நாள் கேட்டேன், “ஏன், ஏன் இன்னக்கி வீட்டிலே என்ன? சமையல் கிடையா தான்னு கேட்டாளே! முண்டம், கிளப்புன்னா ஓட்டல்னு எண்ணிக்கொண்டா, பிறகு அவளிடம் கிளிப்பிள்ளைக்குப் பாடம் சொல்றது போலச் சொல்லி, வெகுபாடுபட்டு மெம்பராக்கினேன்...

வடிவேலன், வெசுவயஸ்படம் எழுதியிருக்காண்டி ரொம்ப நன்னா இருக்கு. பார்க்கும்போது, நெருப்பு நம்ம மேலேயே வந்து விழுந்துடுமோன்னு தோணும் அவ்வளவு தத்ரூபமா

எழுதியிருக்கான்... இவ சொல்றா, இது என்ன படம், நெருப்பைப் போய் படமா எழுதவேணுமான்னு கேட்கிறா? இப்படி என்னைக் கேட்ட மாதிரி, அவனைக் கேட்டிருந்தா, தலைதலைன்னு அடித்துக்கொண்டு சன்யாசம் வாங்கிக் கொண்டு விடமாட்டானோ வடிவேலன்.

இப்படி எல்லாம் பேசுவார்கள் நாகரிக நங்கைகள் - வில வேளைகளில் செல்லத்தின் செவியில் படும்படி கூடப் பேசுவார்கள். கோபமாக இருந்தது. இருந்தும் பொறுத்துக் கொண்டாள். நாம் இங்கு வந்திருப்பது, இதுகளிடம் நல்ல பெயர் வாங்க அல்ல அவருக்கு அன்பு தர - அதை நாம் வஞ்சனையின்றிச் செய்து வருகிறோம் - அவர் நம்மிடம் ஒரு குறையும் காணவில்லை, எப்போதும் போலத்தான் பிரியமாகப் பேசுகிறார், அது போதும் நமக்கு, என்று திருப்தி அடைந்தாள்.

பிரியமாகப் பேசுகிறார் என்று அவள் எண்ணிக் கொண்டதிலே தவறு இல்லை. ஆனால் எப்போதும் போல அல்ல! அதை அவளாலே அவ்வளவு எளிதாகத் தெரிந்துகொள்ள முடியவில்லை.

* * *

"ஏன் செல்லா! பீச்சுக்கு வருவதிலே உனக்கு என்ன சங்கடம்? அந்த இடம் என்ன, புலி கரடி உலவுகிற இடமா என்ன?" என்று ஆரம்பமாயிற்று அதிருப்தி படலம். எதுவரையில் சென்றது என்றால் "நான் போயிட்டு வருகிறேன் பீச்சுக்கு; ஊர்மிளா வந்தால் சொல்லு, நான் பீச்சிலே இருப்பேன்" என்று சொல்லிவிட்டுத் தனியாகக் கடற்கரை செல்லும் அளவுக்குச் சென்றது.

ஊர்மிளா, வடிவேலனைப் பெறவேண்டுமென்பதற் காகவே, வெளியே கிளம்பும் போதெல்லாம், குறைந்தது ஒரு மணி

நேரம், கண்ணாடிம் கையுமாக ஒரு வருடம் இருந்தவள். கல்லூரியில் 'ஆங்கில டான்ஸ்'க்கு அவளுக்குத்தான் மெடல் கிடைத்தது. அவளிடம் வடிவேலனுக்குக் காதலோ என்று சந்தேகம் பிறந்தது, செல்லிக்கு; கோபமாகக்கூட இருந்தது பிறகோ அவர் எது செய்தாலும் பொறுத்துக்கொள்வேன்; தெரியாமல் என்னைக் கலியாணம் செய்து கொண்டார், என் நடைநொடி பாவனை இல்லை என்னால் மாறவும் சுலபத்திலே முடியவில்லை அவர் தன்னைத்தானே ஏமாற்றிக்கொண்டார், பாவம் ஊர்மிளா உல்லாசமாகப் பேசுகிறாள், அதிலே அவருக்கு ஒரு விதத்தில் மகிழ்ச்சி. அதையாவது அவர் பெறட்டும் - என்று நினைத்துக் கொள்வாள் கோபம்கூட மறையும்.

அடுத்த கட்டம் ஆரம்பமாயிற்று! மாமி அதைத் துவக்கி வைத்தாள். "செல்லி! ஒரு படித்த புருஷன் நாலுபேருடன் மதிப்பாக பழகி வருகிறவன், நாகரிகமானவன், அவனோட மனசு சந்தோஷப்படுகிற மாதிரியாக இருக்கவேண்டும் என்கிற அறிவு இருக்க வேணாமாம்மா! கழுத்திலே தாலிஹய் கட்டி விட்ட பிறகு, மனைவியுடன் புருஷன் ஆசையா இருந்துதானே தீரணும், போதுமா? அவனுக்கு மனம் குளிரும்படியா, நாகரிகமாக உடுத்திக்கொண்டு, நல்ல இன்பமாகப் பேசிக்கொண்டு, பொழுது போக்காக இருந்தால்தானே, அவன் உன்னை எப்போதும் அன்பாக நடத்துவான். எண்ணெய் வடிந்து நெற்றியிலே வழியுது - அதைக் கூடத் தெரிந்துகொள்ளாம லிருக்கறே, அதே கோலத்திலே, பல பெண்கள் உன்னைப் பார்க்கிறாங்க, பின்னாலே போயி, எவ்வளவு கேலியாகப் பேசுறாங்க தெரியுமா? செச்சே! இப்படியா இடிச்ச புளியாட்டம் இருக்கிறது." என்று புத்தி சொல்லி வந்தார்கள்; புதிய கோலம் பெறுவதற்கான வழிகளை, வேலைக்காரி மூலம் சொல்லிக் கொடுத்தார்கள். செல்லியும், நாகரிகக் கோலத்தை - உதட்டுச் சாயம் உட்பட - கொள்ள ஆரம்பித்தாள், சகிக்க முடியாத கோரம் அவளிடம் குடிபுக வந்தது.

கூந்தலை அள்ளிச் செருகிவிட்டு, சிறுமலர்ச் செண்டு வைத்திருந்தபோது, இருந்த எழில், முன்பக்கம் கொம்புபோலக் கூந்தலைச் சுருட்டிவிட்டு, பின் பக்கம் இரண்டு சாட்டைகளைத் தொங்கவிட்டு, தலையிலே ஒரு பூக்கூடையைச் சுமந்து கொண்டு செல்லி காட்சி தந்தபோது வடிவேலன், வெட்கப்படும் வடிவம் காட்டிற்று!

ஊர்மிளாவை இதே கோலத்தில் பார்த்தவர்கள், கிளியோ பாட்ரா என்பார்கள்! செல்லிக்கு அதே அலங்காரம், ஆபாசமாக இருந்தது. இவ்விதமே, நாகரீக நங்கையாக வேண்டும் என்பதற்காக, செல்லி எடுத்துக் கொண்ட ஒவ்வொரு முயற்சியும் அவளுடைய இயற்கை எழிலைப் பாழாக்கிவிட்டது. செல்லிக்கும் வடிவேலனுக்கும் இடையிலே இருந்த தொலைவு அதிகரித்தது; ஊர்மிளாதான் வடிவேலனுக்கு, ஓவியக்கலைக்கே ஆதாரமானாள். புன்னகையுடன் ஊர்மிளா! புல்லை வாயில் தடவியபடி உர்மிளா! படுத்த நிலையில் ஊர்மிளா! பந்தாடும் ஊர்மிளா! என்று செல்லியின் ஓவியத்தை அகற்றி விடவில்லை; அந்த இடம் ஊர்மிளாவின் ஓவியக் காட்சிக் கூடமாகவே மாறிவிட்டது.

எழும்பி எழும்பித் தானாக அடங்கிவிடும் கோபம், ஏமாற்றம், வெட்கம், துக்கம் எல்லாம்கூடிச் செல்லியின் மீது படை எடுத்தன. அவள் 'இளமை'ஓரளவுக்குக் கவசமாக நின்று தடுத்தது, என்றாலும் நீண்ட நாளைக்கு இந்தக் கவசம் பயன்படாது என்பதும் புரியும் நிலை வந்தது. செல்லியின் முகம், சோக பிம்பமாகிவிட்டது.

“ஏனம்மா! உலகத்தையே பறிகொடுத்தவபோல உம்முனு இருக்காளே, செல்லி, என்னவாம்? உடம்புக்கு ஏதாவது தொல்லையா? சொல்லித் தொலைச்சாத்தானே, ஏதாவது செய்யலாம்...”

“அவளுக்கு உடம்புக்கு என்னடா? வேளா வேளைக்குச் சாப்பிறா, விடியிற வரையிலே தூங்கறா, விசனம் என்ன இருக்கு, உடம்புகெட, சிலதுகளோட முகம் அப்படி. பதினெட்டிலே பால் வடியறது போல இருக்கும், இருவதிலே அழுது வடியும், அதுக்கு என்ன மருந்து இருக்கு, டாக்டரிடம்”

“ஊர் ஞாபகம் வந்திருக்கோ, என்னமோ? போகிறதா இருந்தா, அனுப்பி வையேன்...”

“நானே, அவ அப்பனுக்குக் கடிதம் போட்டுக் கூப்பிடணுமா? ஏண்டா, அதுவா நியாயம்? அவளப்பாவா வந்து அழைச்சி இருக்கணும்..”

“நடவு வேலையோ, நாத்து வேலையோ, யார் கண்டா?”

“இல்லையானா தாசீல் வேலையா இருக்கு! எந்த வேலையையும் இரண்டு நாளைக்கு ஒதுக்கி வைத்து விட்டு, வந்து மகாராஜனா அழச்சிக்கிட்டுப் போகட்டும் நானா தடுக்கறேன்”

* * *

செல்லிக்கு விஷயம் புரிய ‘ஆரம்பித்தது! அன்பு குறைந்தே போய் விட்டது. அவசரப்பட்டு இந்தக் கலியாணத்தைச் செய்து கொண்டோம் என்கிற எண்ணமே வடிவேலனுக்கு வந்துவிட்டது என்பது தெரிந்துவிட்டது.

தெரிந்து? உரிமைக்காகப் போராடுவேன் என்று நினைத்தாளா? அல்லது, அவனுடைய மனத்தைத் தன் வசம் மீண்டும் கொண்டு வரத்தக்க வழி என்ன என்று ஆராய்ந்தாளா? இல்லை. அவள் வடிவேலனாகத் தேடிக்கொண்ட மனைவி - அவள் அவனைக்

கழனியோரத்தில் கண்டு சிரித்ததில்லை, களத்துமேட்டில் கை கோர்த்து விளையாடியதில்லை, கை அடித்துச் சத்தியம் செய்து கொடுத்ததில்லை, பொரி விளங்காய் உருண்டை கொடுத்துவிட்டு, நகக்குறியைப் பரிசாகப் பெற்ற தில்லை! அவள் அவனைக் கணவனாகப் பெற்றாள் - அது கூட இல்லை, அவன் அவளை மனைவியாகக் கொண்டிருக்கிறான். அதுதானே தொடர் பின் பொருள்? அது, மாறும், மறையும், அதற்காக என்ன செய்ய முடியும்? வந்ததை அனுபவிக்க வேண்டியதுதான், என்று கருதிக் கொண்டாள்.

கிராமச் சூழ்நிலை இல்லாமற் போனதாலேயே குலைந்து வந்த அவளுடைய கவர்ச்சி, கணவனின் மனம் மாறிவிட்டதால் ஏற்பட்ட வேதனையால், மேலும் கெட்டுவிட்டது. காய்ச்சல் அதிகமானவனுக்கு, அம்மையும் வந்தால் என்ன ஆகும், அதுபோல!!

பகுதி: 5

“அவசரப்பட்டு மாட்டிக் கொள்வானேன் - இப்போது அவதிப் படுவானேன்” என்று ஊர்மிளா கேட்கிறாள்.

“என்னைச் சித்திரவதை செய்யாதே, எனக்கு ஒரு மாதிரி மனமயக்கம். கிராமத்துமீது மோகம், அந்த நிலையில், செல்லி என் கண்ணுக்குத் தங்கப்பதுமைபோலத் தெரிந்தாள்...!

“இப்ப மட்டும் என்னவாம்? நல்ல உடற்கட்டு! உழைப்புக்கு ஏற்றவள்”

“போதும், ஊர்மிளா! நான்தான் பெருந்தவறு செய்து விட்டேன் என்பதை ஒப்புக்கொள்கிறேனே. இனி என்ன செய்ய முடியும்? சனியனை விரட்ட முடியுமா? ஊருக்குப் போய்த் தொலை என்று சொன்னாலும் நகர மறுக்கிறது...”

“எப்படிப் போவாள்? அவள் என்ன இலேசுப்பட்டவளா? அங்கே போனால், வெல்வெட்டு மெத்தையா போட்டு வைத்திருக்கு, வைக்கோற்போர்தானே...”

அதற்குமேல், பேச்சு கேட்கவில்லை. வளையல்கள் ஒலித்தன! நாற்காலிகள் மோதின! ஊர்மிளா சிரித்தாள்! செல்லி கண்களைத் துடைத்துக்கொண்டு, சமயற்கட்டுப்பக்கம் சென்று விட்டாள். ஒரு மணி நேரம் கழித்து, வடிவேலன், குளிக்கச் சென்றான், புதிதாக வந்த சினிமாவில் காதலர்கள் பாடும் பாட்டை மெல்லிய குரலில் பாடியபடி.

பெரிய இடத்திலே பெண்ணைக் கொடுத்துவிட்டோம், அடிக்கடி அங்குப் போனால், பெண்ணின் மீதுள்ள ஆசையால்

வருவதாக ஊரார் எண்ணிக் கொள்ளமாட்டார்கள், பசையும் ருசியும் உள்ள இடத்துக்குப்போய், கிழவன் ஒட்டிக்கொண்டான் என்றுதான் ஏசுவார்கள் என்ற எண்ணத்தால், சடையாண்டி மகளைப் பார்க்க வருவதில்லை ஏதாவது 'விசேஷம்' நடக்கும் போது போய்ப் பார்க்கலாம் என்று இருந்துவிட்டான்.

கிராமத்தின் கவர்ச்சியை அடிக்கடி சென்று 'ரசித்துவந்த' வடிவேலன், கலியாணமான புதிதில் வந்துகொண்டிருந்தான் - பிறகு அந்தப் பழக்கம் நின்றுவிட்டது.

ஊர்மிளா, கிராமத்தைப்பற்றி அருவருப்புக் கொள்ளும்படி கூடச் சொல்லிவிட்டாள்.

"என்ன இருக்குது கிராமத்திலே! ஒரே பொட்டல்காடு! பொந்துகளில் நரிகள் இருக்கும்! புதர்களிலும் புற்றுகளிலும் பாம்பு இருக்கும். வயலிலே நண்டு இருக்கும் குளத்திலே முதலை இருக்கும், காளிகோயில் இருக்கும், கூளிகோவில் இருக்கும், இதன் நடுவே தலை ஒருவேசமும் துணி ஒரு வேசமுமாக ஜனங்கள் இருப்பார்கள். மாடு ஆடு ஓட்டிக் கொண்டு, அல்லது சேறு சகதியிலே புரண்டுகொண்டு! ஓவியமாகப் பார்க்கும்போது, கண்ணுக்கு அழகுதான், ஆனா கிராமத்திலே வாழ்ந்துகொண்டு, கிராமத்து வேலையைச் செய்து கொண்டு, கிராமத்தார்போலவே இருந்து விடமுடியுமா? சொல்லுங்க பார்ப்போம்? பொழுது போக்குக்கு என்ன இருக்கு? கிளி கொஞ்சும், சோலையிலே என்று, சொல்லுவீர் - சரி - இராத்திரி வேலையிலே, நரி ஊளையிடும், ஆந்தை கத்தும், வெறிநாய் குரைக்கும், பயமற்றுத் தெருவிலே நடக்கமுடியுமா? கிராமம், உலகம் தெரியாதவர்கள், படிப்பு அறியாதவர்கள் உழைத்துப் பிழைக்கறதுக்காக உள்ள இடமே தவிர நமக்கு ஏற்ற இடமா? செச்சே! என்னாலே ஒரு நாளைக்குமேலே தங்கி இருக்க முடியாது. பத்துப் பதினைந்து சினேகிதாளோட 'வன

போஜனம் செய்யப்போகலாம்; டார்ச்லைட் மட்டும் இருந்தாக்கூடப் போதாது, பெட்ரமாக்ஸ் இருந்தாக்கூடப் போதாது, பெட்ரசியம் இருக்க வேணும், கிராமபோன் அவ இவ்வளவு பக்கமேளம் இருந்தாத்தான் ஒரு பொழுதை ஓட்டமுடியும், கிராமத்திலே...'' என்றாள். ஆமாம் என்று ஆமோதித்தது மட்டுமல்ல, வனபோஜனத்துக்கு ஏற்பாடு செய்தான், வடிவேலன்; ஊர்மிளா சொன்ன முறைப்படி! ஒரே ஒரு மாறுதலுடன். பத்துப் பதினைந்து நண்பர்களை அழைத்துக் கொண்டுபோகவில்லை - இருவர் மட்டும் சென்றார்.

* * *

கிராமத்துத் தோப்பில் மருமகப் பிள்ளை 'கூடாரம்' அடித்திருக்கிறார் என்று கேள்விப்பட்டு, சடையாண்டி ஓடோடிக் சென்றார்.

''மருமவப் பிள்ளே! இது நல்லா இருக்குதுங்களா? கல்லுப் போல நானொருத்தன் இருக்கறப்போ, தோப்புலே வந்து தங்கிட்டீங்களே. வாங்க, நம்ம வீட்டுக்கு. இப்ப, புதுசா முன்பக்கம் ஒரு கூடம்கூட போட்டு இருக்கு... வசதியாகத்தான் இருக்கு...'' என்று அழைத்தார். வடிவேலன் வருவதற்கில்லை என்று கூறி அனுப்பிவிட்டான். வருத்தம், வெட்கம், சடையாண்டிக்கு. அதிலும், தன் மகளை அழைத்து வராமல், ஏதோ ஒரு 'புடலங்காயை அழைத்துக் கொண்டு வந்திருப்பதைப் பார்த்தபோது, வயிறு எரிந்தது.

இந்த வயிற்றெரிச்சலோடு வீடு சென்றான் வாசலில், வேலப்பன் நின்று கொண்டு இருந்தான் - உருமாறிப்போய்! அவனைப் பார்க்கவே கஷ்டமாக இருந்தது, சடையாண்டிக்கு. துக்கம் கப்பிக்கொண்டது, எவ்வளவு அருமையாக வளர வேண்டியவன், அவனை மருமகனாக்கிக் கொள்ள , அவன் மனம் எவ்வளவு துடித்தது, படுபாவி ஆடி அழிந்து, நமது ஆசையை அழித்துவிட்டு, இப்போது பட்டுப்போன

மரம்போல வந்து நிற்கிறானே என்று ஆத்திரமாகக் கூட இருந்தது. அடக்கிக் கொண்டு, ஒப்புக்கு ‘சேதி’ விசாரித்தான். வேலப்பனும் சுருக்கமாகவே பதில் சொல்லிவிட்டு, சிலோனுக்குப் போக ஏற்பாடாகிவிட்டதாகவும் செலவுக்கு ஓர் ஐம்பது ரூபாய் வேண்டும் என்றும் கேட்டான்.

மனத் துணிச்சலைப் பாரு! என் மகளோட மனக் கோட்டையைத் தூளாக்கிவிட்டு. எனக்கும் மானம் போகிற விதமா நடந்துவிட்டு, குடித்துக் கூத்தாடி, ஜெயிலுக்குப் போய் வந்து, என்னையே பணமல்லவா கேட்கறான், பாவிப் பய - என்று கோபம்தான். ஆனால், வேலப்பனை ஏறிட்டுப் பார்த்த போது, அவன் கண்களிலே இருந்த வேதனையைத் தெரிந்து கொண்டு சடையாண்டியால் அழுகையை வெகு சிரமப்பட்டுத் தான் நிறுத்திக்கொள்ள முடிந்தது.

“நாளை மறுநாள் பார்ப்போம். தோப்பிலே, மருமகப் பிள்ளை வந்திருக்காரு, வாழைத் தாரு இரண்டு, பத்து இளநீர் பறிச்சிக் கொண்டு வா, கொண்டுபோய்க் கொடுத்துவிட்டு வரலாம்.”

“நான் வரமாட்டேன், அங்கே சொல்லி வந்திருக்குமே... எப்படி அதோட முகத்திலே முழிக்கறது, வேண்டாம்...”

“செல்லி வரலே... அவரு வேறே ஒரு சிநேகிதர் கூட வந்திருக்காரு...”

“அப்படியா? வாரேன் அவரைப் பார்த்ததே இல்லை.”

இருவரும் கிளம்பினர்; தோப்பிலே கிராமபோன் இசையில் இலயித்தபடி சாய்ந்துக் கொண்டிருந்தாள் ஊர்மிளா! வடிவேலன் ‘ஸ்டவ்’ பற்ற வைத்து, ‘காபி’ போட்டுக் கொண்டிருந்தான்.

வடிவேலனைப் பார்த்ததும் வேலப்பனுக்கு அடையாளம் தெரிந்துவிட்டது.

மோட்டார் கழுவ பொடிப் பயலுக்கு எட்டணா கொடுத்தவர்!

"இவர்தானா? தங்கமானவர் தெரியுமே" என்றான் வேலப்பன்.

"யார் இவன்?" என்று சடையாண்டியைக் கேட்டான் வடிவேலன்.

"நமக்கு வேண்டியவன்... பந்துதான்" என்றான் சடையாண்டி.

"செல்லியை நான்தானுங்க கட்டிக் கொள்ள இருந்தேன் - முன்னே..." என்று கபடமற்றுச் சொன்னான் வேலப்பன்; வடிவேலன், "இடியட்! புரூட் ராஸ்கல்! எவ்வளவு வாய்க் கொழுப்பு இப்படிப் பேசுவ என்று கூறிக் கோபித்துக்கொண்டான். ஊர்மிளா குறும்புச் சிரிப்புச் சிரித்துக் கொண்டே, பலமான சிந்தனையில் ஈடுபட்டாள்.

* * *

"எப்படி ஊர்மிளா, அவ்விதம் சொல்வது எனக்கே அவமானமாக இருக்குமே..."

"இதிலென்ன அவமானம்? வேறு எந்த வழியிலேயும் அந்தப் பட்டி இந்த இடத்தை விட்டுப் போகமாட்டாள். சோரம் போனாள் என்று வழக்குப் போடுவதுதான் அவளை ஒழித்துக் கட்டும் வழி, எனக்குத் தெரிந்த வழி. இதற்கு உங்கள் மனம் இடங்கொடுக்கவில்லை என்றால், வெளிப்படையாகச் சொல்லிவிடுங்கள் நான் கல்கத்தா போய்விடுகிறேன்."

“வேலப்பனுடன் செல்லி சோரத்தனமாக நடந்து கொண்டாள் என்று புகார் கூறினால், கோர்ட்டில் நம்ப வேண்டுமே - எப்படி முடியும்?”

“அது என் பொறுப்பு. நான் வேலப்பனை வரச்செய் கிறேன். இருவரும் சந்திப்பார்கள். பழைய காதலர்களாயிற்றே! பார்த்துப் பல நாள் ஆகிவிட்டது. பதைப்பு எவ்வளவு இருக்கும், பகலே இரவாகத் தெரியும்; பக்கத்தில், எதிரில் உள்ளவர்கள் கூடக் கண்ணுக்குத் தெரியாது.”

“போதுமா, ஊர்மிளா! என் மனம் சரியாக இல்லை எனக்கு வேதனையாகவே இருக்கிறது.”

“அப்படியானால், ஏன் வீணாக, இரண்டுகெட்டு அலைகிறீர்கள்? என்னை மறந்துவிட்டு அந்த அழகியோடு சல்லாபமாக வாழ்க்கையை நடத்துவதுதானே.”

“உன்னைவிட்டுப் பிரியவே முடியாது, ஊர்மிளா அவளை விரட்ட வேறு என்ன வழிவேண்டுமானாலும் சொல்லு, அவள் சோரம் போனவள் என்று சொல்லி வழக்குப்போடும் ஈனத்தனத்தை மட்டும் செய்யும்படி என்னைத் தூண்டாதே.”

“வழக்கு போடும்படி சொன்னது தவறு.. அப்படித்தானே... சரி... அவர்கள் இருவரும் கலியாணம் செய்து கொள்ள வேண்டுமென்று நெடுநாளாக ஆவலாக இருந்தார்கள், பழகி வந்தார்கள் என்று அந்தச் சடையாண்டியே சொன்னானே. அந்தக் காலத்திலே உத்தமியாகவா இருந்திருப்பாள், உங்களோட தர்மபத்தினி?”

‘பளார்! பளார்!’ என்று அறை விழும் சத்தமும் ஐயோ! ஐயோ! என்ற அலறலும் கேட்டு, அதுவரை அந்த உரையாடலை ஒட்டுக்கேட்டுக்கொண்டிருந்த செல்லி, என்ன செய்வதென்று

தெரியாமல் உள்ளே புயல்போல நுழைந்தாள்; ஊர்மிளா, வேகமாக வெளியே நடந்தாள் அடியற்ற நெடும் பனைபோலக் கீழே விழுந்தாள், வடிவேலனுடைய கால்களைப் பிடித்துக் கொண்டு கதறினாள்.

'கலியாணத்தின்போது நான் இந்தக் களிப்பு அடைய வில்லை. என்னை இவ்வளவு செல்வத்திலே வைத்தபோதும் சந்தோஷப்படவில்லை. எவ்வளவு தான் என்மீது வெறுப்பு இருந்தாலும், என்மீது அபாண்டம் சுமத்த, என் பெயரைக் கெடுக்கமுடியாது அது ஈனத்தனமான காரியம் என்று சொன்னீர்களே அதுபோதும் எனக்கு, அந்த ஆனந்தம் எனக்கு வேறு எதிலும் கிடையாது. என்னை நீங்க, அவசரப்பட்டு ஆய்ந்து பார்க்காமத்தான் கலியாணம் செய்துகொண்டிங்க... ஆனா மேலே எரிகிற சூரியன் சாட்சியாகச் சொல்கிறேன், நான் மாசு மருவற்றவள்- பழிபாவத்துக்குப் பயந்து நடக்கறது, கிராமத்துக்குப் பரம்பரை பரம்பரையாள பழக்கம். வேலப்பனும் நானும் கலியாணம் செய்துகொள்ள ஆசைப்பட்டது நிஜம் - தவம் கிடந்தேன்னு கூடச் சொல்லலாம் - ஆனா அவரு, தவறான பாதையிலே போயிட்டாரு, தன்னைத்தானே கெடுத்துகிட்டாரு... அப்போதே என் மனத்திலே இருந்து போயிட்டாரு... ஒரு தப்பும் ஒரு நாளும் நடந்ததில்லிங்க. ஊர்மிளா இல்லங்க நானும், ஊர் உலகத்துக்கு மட்டும் இல்லாங்க, உள்ளத்துக்குப் பயந்து நடக்கிறவ. பட்டிக்காட்டா, பட்டினத்திலே, வந்ததாலே, உங்களுக்கு மனைவியாக வந்ததாலே, பல மாதிரியான அவமானம் உங்களுக்கு வந்தது எனக்குத் தெரியும்... என் மேலே தப்பு இல்லிங்க, என்மேலே தப்பு இல்லே. இப்பவும் நான் உங்க வாழ்க்கைக்குத் தடையா இருக்கவே மாட்டேன் - ஆனா, ஊர்மிளா வேண்டாமுங்க: உத்தமர்களோட அறிவை எல்லாம் கெடுத்துவிடுகிற காதகி வேண்டாமுங்க, நல்ல படிச்ச பெண்ணா பார்த்து, உங்களோட நாகரிகத்துக்கு ஏத்தவளாகப் பார்த்துக் கலியாணம் செய்து கொண்டு வாழ்ந்துகிட்டு இருங்க - ஒரு நாலு மாதம் தவணை கொடுத்தா போதுமுங்க... கருவிலே சிசுவோடு தற்கொலை

செய்துகொள்ள மனம் வரவில்லிங்க, இல்லையானா, நான் சின்னப் புள்ளையிலேயிருந்து விளையாடிக் கொண்டிருந்த மடுவிலே இப்பவும் தண்ணி இருக்குதுங்க, என்னாலே முடியும் உயிரை மாய்த்துக் கொள்ள...''

'கோ'வெனக் கதறித் தலை தலை என்று அடித்துக் கொண்டு, அப்படியே வாரி எடுத்துச் செல்லியை மார்புற அணைத்துக்கொண்டு,

''செல்லி! செல்லி!'' என்று மட்டுமே கூறிக் கொண்டு நின்றான், வடிவேலன்.

அவன் தீட்டிய ஓவியம் புதிய பொலிவு பெற்றது போலக் காட்சி அளித்தது.

(திராவிட நாடு - 1956)

★ ★ ★

9 788198 806925

Printed at Repro India Ltd.